இரண்டாம் உலகப் போர்

இரண்டாம் உலகப் போர்

பா. ராகவன்

Title: Irandaam Ulaga Por
Author's Name: Pa Raghavan
Copyright © R. Ramya 2023
Published by Ezutthu Prachuram

Ezutthu Prachuram
(An imprint of Zero Degree Publishing)
No. 55(7), R Block, 6th Avenue,
Anna Nagar,
Chennai - 600 040

Website: www.zerodegreepublishing.com
E Mail id: zerodegreepublishing@gmail.com
Phone: 89250 61999

Ezutthu Prachuram First Edition: March 2023
ISBN: 978-93-90053-57-5
TITLE NO EP: 426

Cover Design & Layout: Vijayan, Creative Studio
Printed at Clictoprint, Chennai, India

பொருளடக்கம்

1. யார் காரணம்?

இரண்டுபேர் சண்டை போட்டுக் கொள்கிறார்கள். என்ன ஆகும்? யாராவது ஒருவருக்கோ அல்லது இரண்டுபேருக்குமோ உடலில் காயம் ஏற்படும், கையோ, காலோ, மூக்கோ உடையும். உயிரையேகூட சில சமயங்களில் இழக்கவேண்டியிருக்கலாம். சாதாரணமாக இரண்டு மனிதர்கள் சண்டைபோட்டுக் கொண்டாலே இப்படிப்பட்ட விபரீத விளைவுகள் ஏற்படுகின்றன என்றால், நாடுகள் சண்டை போட்டால் என்ன ஆகும்?

நினைத்துப் பார்க்கவே வேதனையாக இருக்கும் இந்தப் போர் நடக்காத ஒன்று அல்ல. உலகில் அடிக்கடி நடந்த ஒன்று, நடந்துகொண்டிருக்கிற ஒன்று, எதிர்காலத்தில் நடக்கக் கூடாது என்று எல்லோரும் விரும்புகிற ஒன்று.

நாடுகளுக்கிடையேயான போர்கள் ஒருபுறமிருக் கட்டும். உலகில் இருக்கும் பெரும்பாலான தேசங்கள் ஒன்றுக்கொன்று சண்டைபோட்டால் என்ன ஆகும்? எத்தனையோ பேர்இறந்துபோவார்கள், எத்தனையோ நகரங்கள் அழிந்து மண்ணோடு மண்ணாகப் போகும், யாருமே நினைத்துப் பார்க்க முடியாத பேரழிவை

நிச்சயம் இந்த உலகம் சந்திக்க வேண்டியிருக்கும்... இல்லையா?

அப்படி நடக்கத்தான் செய்தது. ஒருமுறை அல்ல; இருமுறை. இதுவரை இரண்டு உலகப் போர்கள் நடந்திருக்கின்றன. இந்த நூலில், உலகை உலுக்கிப் போட்ட இரண்டாம் உலகப் போரைப் பற்றிப் பார்க்கப் போகிறோம். அதற்கு முன்னால் முதல் உலகப் போர்ஏன் நடந்தது, எப்படி நடந்தது, எந்தெந்த நாடுகள் பங்கு பெற்றன என்பதையும் கொஞ்சம் பார்த்துவிடலாம்.

அந்தக் காலத்தில் ஆஸ்திரியா - ஹங்கேரி என்பது ஒரே பகுதி. தனித்தனி நாடுகள் இல்லை. (தற்போதைய யூகோஸ்லாவியா, செக் - ஸ்லோவாக்கியா தேசங்களும் அப்போது அதன் பகுதிகள் தான்.) ரஷ்யாவின் எல்லையில் இருந்த ஓர்ஐரோப்பிய தேசம் அது. இப்போதைய போஸ்னியாவும் அப்போது ஆஸ்திரியாவின் ஒரு பகுதி தான்.

இந்த போஸ்னியாவில் இருந்த மக்கள் ஸ்லாவ் (Slav) என்கிற இனத்தைச் சேர்ந்தவர்கள். போஸ்னியாவுக்கு பக்கத்து நாடான செர்பியா முழுக்க முச்சூடும் ஸ்லாவ் இனத்தவர்களால் ஆன தேசம். ஆகவே, ஆஸ்திரியாவின் பிடியில் இருந்த போஸ்னியாவை எப்படியாவது தன்னுடன் இணைத்துக்கொண்டு இனத்தோடு இனம் சேர்ந்துவிடவேண்டும் என்று தகராறு பண்ணிக்கொண்டிருந்தது செர்பியா.

ஜெர்மானிய நட்பு நாடான ஆஸ்திரியாவிலிருந்து எப்படியாவது விலகிவிடவேண்டும், தனி நாடாகவேண்டும் என்ற எண்ணத்திலிருந்த போஸ்னியாவுக்கு, தனி நாடாக முடியாவிட்டாலும் குறைந்தபட்சம் செர்பியாவுடனாவது இணைந்து

விடலாம், என்னத்துக்கு ஆஸ்திரியாவுடன் ஒட்டிக் கொண்டிருக்கவேண்டும் என்கிற நப்பாசை. தினசரி கிளர்ச்சி, புரட்சி, கொலை என்று பிராந்தியத்தையே ரகளை பண்ணிக்கொண்டிருந்தார்கள் ஸ்லாவ் இனக் கிளர்ச்சியாளர்கள்.

இந்தக் கிளர்ச்சியை அடக்க வந்த ஆஸ்திரிய இளவரசரைக் கொலை செய்துவிட்டார்கள். அதுதான் முதல் உலகப் போருக்கான ஆரம்ப விதை. இந்தக் கொலைக்கு செர்பியா தான் காரணம் என்று குற்றம் சாட்டிய கையோடு செர்பியா மீது போர் தொடுக்கவும் ஆயத்தம் செய்ய ஆரம்பித்துவிட்டது ஆஸ்திரிய அரசு. செர்பியாவை நசுக்க, ஆஸ்திரியாவுக்கு உதவிக்கு வந்தது ஜெர்மனி. 1914, ஜூலை 28-ம் தேதி போர் தொடங்கியது. அந்தப் பக்கம் ரஷ்யா, செர்பியாவுக்கு உதவ வந்தது.

அப்போது பிரான்சும் ஜெர்மனியும் பகை உணர்வு கொண்ட நாடுகள். ஜெர்மன் பெல்ஜியம் வழியாக பிரான்ஸ் மீது படையெடுத்துக் கிளம்ப, பிரிட்டன் போரில் குதித்தது. ஜப்பானும், இத்தாலியும் பிரான்ஸோடு சேர்ந்துகொண்டன. அந்தப் பக்கம், துருக்கியும் பல்கேரியாவும் ஜெர்மனியை ஆதரித்தன.

ஆஸ்திரிய இளவரசரின் கொலைக்கு யார் காரணம் என்பது மறந்து போய், பிரிட்டனா, ஜெர்மனியா என்கிற கேள்வியாக மாறியது அந்த யுத்தம். அதுதான் முதல் உலகப் போர். முப்பதுக்கும் மேற்பட்ட நாடுகள். முன்னூறுக்கும் மேற்பட்ட போர்க்களங்கள். உலகை உலுக்கிப் பார்த்த மாபெரும் யுத்தம் அது.

போர் ஆரம்பித்த கொஞ்ச நாளிலேயே ஜெர்மானி யர்கள் பெல்ஜியத்தைக் கைப்பற்றிவிட்டார்கள். பிறகு பிரான்சுடன் சண்டை போட்டுத் தோற்றுப்

பின்வாங்கினார்கள். அந்தப் பக்கம் கிழக்கே ருஷ்யர் களையும் தோற்கடித்தார்கள். போலந்து, பால்டிக் நாடுகளைக் கைப்பற்றிக்கொண்டார்கள். இறுதியில் ருஷ்யா ஒரு உடன்படிக்கை செய்துகொண்டு செர்பியாவை ஜெர்மனிக்குத் தாரைவார்க்க வித்திட்டது. (செர்பியாவுக்கு ஆதரவாகத்தான் போரில் இறங்கியது ருஷ்யா!)

இன்னொரு பக்கம் பிரிட்டிஷ் கடற்படை ஜெர்மனியின் குடியேற்ற நாடுகளைக் கைப்பற்றின. துருக்கி, ஆஸ்திரியா, பல்கேரியா போன்ற தேசங்கள் பிரிட்டனுக்கு அடிபணிந்தன. அதுவரை பேசாமல் இருந்த அமெரிக்காவும் ஒரு கட்டத்தில் போரில் குதித்தது. 1917, ஏப்ரல் 6. அதிகாரபூர்வமாக அமெரிக்கப் படைகள் ஜெர்மனியைத் தாக்கப் புறப்பட்டன.

1918ம் வருஷம் நவம்பர் 11ம் தேதி காலை பதினோரு மணிக்கு ஒரு காட்டுப் பகுதியில் பிரிட்டிஷ், அமெரிக்கக் கூட்டணிப் படைகளுக்கும் ஜெர்மானியப் படைகளுக்கும் இடையே போர் நிறுத்த ஒப்பந்தம் கையெழுத்தானது. பல லட்சக்கணக்கான வீரர்களின் உயிரை விலையாக உட்கொண்ட முதல் உலக யுத்தம் முடிவுக்கு வந்தபோது ஐரோப்பாவே ஒரு பெரிய சுடுகாடு போலக் காட்சியளித்தது. (பிரிட்டிஷ் வீரர்கள் மட்டும் 9,47,000 பேர் இறந்தார்கள் என்கிற கணக்கை வைத்து மொத்த பலியை யூகித்துக்கொள்ளுங்கள்!) இது முதல் உலக யுத்தத்தின் சுருக்கம். இனி, இரண்டாம் உலக யுத்தத்தை கொஞ்சம் விரிவாகப் பார்ப்போம்.

○

ஹிட்லர் என்கிற ஒரு மனுஷன் உலகத்தில் தோன்றாமல் இருந்திருந்தால் இரண்டாவது உலக

யுத்தம் ஏற்பட்டிருக்குமா என்பது கொஞ்சம் சந்தேகம் தான். அந்தச் சமயத்தில், ஐரோப்பிய தேசங்களுக்கு இடையே இருந்த பகை, நாடு பிடிக்கிற வெறி, நிச்சயமற்றப் பொருளாதாரநிலைமை, கம்யூனிசத்தின் எழுச்சி உருவாக்கிய அச்சம், ஆயுதப்பெருக்கம் எல்லாமே ஒரு பெரிய யுத்தத்தை நோக்கித்தான் உலகத்தை நகர்த்திக்கொண்டிருந்தன. என்றாலும் ஹிட்லர்தான் இரண்டாம் உலக யுத்தத்துக்கு முக்கியக் காரணமாயிருந்தார். எப்படி?

இந்தக் கேள்விக்கு பதில் சொல்வதற்கு முன்னால், முதல் உலக யுத்தத்தில் நடந்த சில விஷயங்களை நினைவுபடுத்திக் கொள்வது நல்லது.

முதல் உலக யுத்தம் முடிவுக்கு வந்தபோது, மேற்கொள்ளப்பட்ட வெர்செயில்ஸ் ஒப்பந்தம் *(Treaty of Versailles)* போரைத் தொடங்க ஹிட்லருக்குப் போதுமானதாக இருந்தது. ஜெர்மானியர்களுக்கு முற்றிலும் எதிரான ஒப்பந்தமான அதை முன்வைத்தே மக்களின் மனத்தில் இடம்பிடித்துவிடுவது என்று ஹிட்லர் முடிவு செய்திருந்தார்.

பிரான்ஸ் நாட்டின் வெர்செயில்ஸ் நகரில் மேற்கொள்ளப்பட்ட ஒப்பந்தம் அது. பிரிட்டன் கூட்டணி தேசங்களுக்கும் ஜெர்மானியப் பேரரசுக்கும் இடையில் *1919*ம் ஆண்டு ஜனவரி *18* அன்று நடந்த உடன்படிக்கை. இருபத்தியாறு தேசங்களைச் சேர்ந்த எழுபது முக்கியஸ்தர்கள் அதில் பங்குபெற்றார்கள். ஆனால் அமெரிக்காவும் பிரிட்டனும் பிரான்சும்தான் ஒப்பந்த விதிகளை வரையறுத்தன.

என்ன பெரிய ஒப்பந்தம்? அனைத்தும் நிபந்தனைகள். ஒழுக்க விதிகள்.

ஒரு மாபெரும் யுத்தத்துக்கு முக்கியக் காரணமாக இருந்த தேசம். ஆகவே இழப்புகள் அனைத்துக்கும் ஜெர்மனியே பொறுப்பு. சுமத்தப்பட்டிருக்கும் பொருளாதாரத் தடைகள் அனைத்தும் நீக்கப்பட வேண்டுமானால் சொன்ன பேச்சைக் கேட்பதைத் தவிர வேறு வழியில்லை.

முதலாவதாக, ஜெர்மனியின் எல்லைப்புற நிலப்பரப்பில் கணிசமான அளவு அக்கம்பக்கத்து தேசங்களுக்குப் பிரித்துக் கொடுக்கப்பட வேண்டும். ஆக்கிரமித்த இடங்களை மட்டுமல்ல. நஷ்ட ஈட்டு நிலமாகவும் தரப்பட வேண்டும். தவிரவும் ஆப்பிரிக்காவில் ஜெர்மனி நிறுவியுள்ள அதன் காலனிகள் அனைத்தும் விடுவிக்கப்பட வேண்டும்.

இரண்டாவதாக, ஜெர்மனி இன்னொரு யுத்தத்துக்குத் தயாராகக் கூடாது. ராணுவ பலம் கணிசமாகக் குறைக்கப்பட வேண்டும். வேலை இழக்கும் மிலிட்டரி வீரர்களெல்லாம் பற்றி அக்கறையில்லை.

இதெல்லாம் போதாது. தண்டனைக் கப்பமாக மிகப்பெரிய தொகை ஒன்றையும் ஜெர்மனி அளிக்கும்படி வெர்செயில்ஸ் பெரியவர்கள் உத்தரவிட்டிருந்தார்கள். முதல் தவணை மட்டும் ஐந்து பில்லியன் டாலர்கள்.

இப்படிச் சொற்களில் இருக்கிற இந்த நிபந்தனைகளை யெல்லாம் எண்ணாக மாற்றிப் பார்த்தால் கண்டிப்பாகத் தலை சுற்றும்.

உதாரணமாக, தன் நிலப்பரப்பில் கொஞ்சத்தை ஜெர்மனி சுற்று வட்டார தேசங்களுக்கு அளிக்கிற விஷயத்தைப் பாருங்கள்.

ஆஸ்திரியா, ஹங்கேரி, துருக்கி என மூன்று தேசங்களின் எல்லைகளில் ஜெர்மனி அளிக்க வேண்டிய நிலப்பரப்பில் அப்போது ஐந்து கோடியே அறுபது லட்சம் மக்கள் வாழ்ந்துகொண்டிருந்தார்கள். எனில் பரப்பளவை உத்தேசிக்க முடிகிறதா? தொகுத்தால் இன்னொரு குட்டி தேசத்தையே உருவாக்கிவிட முடியும். மிகப்பெரிய இழப்பு அது.

ஜெர்மனின் அன்றைய மொத்த மக்கள் தொகையில் முப்பத்தியிரண்டு சதவீதம் பேர் வலுக்கட்டாயமாக வேறு தேசங்களுக்கு தாரைவார்க்கப்படுவதாக அர்த்தம். ஜெர்மனியின் ரயில் பாதைகளில் மூன்றில் ஒரு பங்கு கைவிட்டுப் போகும். அத்தேசத்தின் மொத்த இரும்பு உற்பத்தியில் எழுபத்தி மூன்று சதவீத இழப்பு நேரிடும். நிலக்கரி உற்பத்தியில் எண்பத்தி ஒன்பது சதவீத இழப்பு. சுமார் ஏழாயிரம் தொழிற்சாலைகளும் அறுபத்தி மூவாயிரம் பள்ளிக்கூடங்களும் பத்தொன்பதாயிரம் கல்லூரிகளும் கூட பிற தேசங்களுடையனவாக ஆகிவிடும்.

எல்லாம் ஒரு யுத்தத்தின் விளைவு.

வெர்செயில்ஸ் ஒப்பந்தத்தின் நியாய அநியாயங்கள் ஒருபுறமிருக்க, அது ஒரு தலைப்பட்சமாக மேற்கொள்ளப்பட்ட முடிவு என்பதுதான் முக்கியமானது. ஜெர்மனியின் தரப்பு என்னவென்று யாரும் ஒரு ஒப்புக்குக் கூடக் கேட்கவில்லை. முடிவெடுத்தார்கள். கட்டுப்படச் சொல்லி நிர்ப்பந்தம் செய்தார்கள். அவ்வளவுதான்.

ஜெர்மனியின் புதிய குடியரசுத் தலைவர்கள் முதலில் வெலவெலத்துப் போனார்கள். ஒப்புக்கொள்ள முடியாது என்றுதான் சொல்லிப்பார்த்தார்கள்.

ஆனால் தொடர்ந்து அந்த தேசம் உயிர்த்திருப்பதற்கு வேறு வழியில்லை என்பதை எடுத்துச் சொன்னபிறகு சம்மதித்திருந்தார்கள்.

கப்பத்தைத் தவணை முறையில் செலுத்தவும் ஆரம்பித்திருந்தார்கள். ஆட்சியைப் பிடிக்கவும், அதிகாரத்தைக் கைப்பற்றவும் வெர்சைல்ஸ் ஒப்பந்தத்தைத்தான் மிக முக்கியமான ஆயுதமாகக் கையில் எடுத்திருந்தார் ஹிட்லர்.

○

மார்ச் 12, 1938 அன்று ஹிட்லரின் முதல் படையெடுப்பு ஆரம்பித்தது. எவ்வித சிரமமும் இல்லை. பிரமாதமான எதிர்ப்புகள் இல்லை. யாரிடமும் அவர் அனுமதி கேட்கவும் இல்லை. ஒரு சிறு முன்னறிவிப்பு. முழு வேகத்தில் படைப் பிரயோகம். அவ்வளவுதான். அவர் பிறந்த மண்ணான ஆஸ்திரியாவை ஹிட்லர் ஜெர்மனியுடன் இணைத்துவிட்டதாக அறிவித்தார்.

ஜெர்மானியப் படைகள் ஆஸ்திரியாவின் தலை நகரான வியன்னா நகரின் அத்தனை சாலைகளையும் ஆக்கிரமித்து நின்றன.

ஹிட்லர் அத்துடன் நிறுத்தப்போவதில்லை என்று சுற்றுவட்டார தேசங்கள் கணிக்கத் தொடங்கிவிட்டன. அடுத்தபடியாக எப்படியும் அவரது பார்வை செக்கஸ்லாவாக்கியாவின் மீதுதான் விழும் என்று அத்தனை பேருமே எதிர்பார்த்தார்கள்.

அந்த தேசத்தின் ஜெர்மானிய எல்லைப்புற மாகாணத்தின் (Sudetenland) மக்கள் பெரும்பாலும் ஜெர்மானியர்கள். அங்கே ஆட்சி புரிந்துகொண்டிருந்த வரும் ஹிட்லர் விசுவாசி. நாஜிக் கட்சியைச்

14

சேர்ந்தவர். அவர் பெயர் கொன்றாட் ஹென்லெய்ன் (konrad Henlein).

இயல்பாகவே அந்த மாகாணத்து மக்கள் ஜெர்மனி யுடன் இணைவதை விரும்பினார்கள். ஆட்சியாளரும் ஹிட்லரை வற்புறுத்திக்கொண்டே இருந்தார். 'ஒரு படையை அனுப்புங்கள். செக்கஸ்லாவாக்கியா அரசாங்கம் உங்கள் பராக்கிரமத்துக்கு முன்னால் வெறும் பல்லி அல்லது பல்லி மிட்டாய்.'

ஹிட்லருக்கென்ன? விளையாடிப் பார்க்க ஒரு பிராந்தியம் கிடைக்கிறதென்றால் கசக்கிறதா?

ஆனால் ஹிட்லர் அவசரப்படவில்லை. செக்கஸ்லாவாக்கியாவுக்கு சோவியத் யூனியனின் ஆதரவு இருந்தது. இரு தேசங்களுக்கும் யுத்த ஒப்பந்தங்கள் இருந்தன. ஒருத்தருக்கு ஒருத்தர் ஆபத்துக் காலத்தில் உதவ வேண்டிய ஒப்பந்தம். தவிர பிரான்சோடு நல்லுறவு கொண்டிருந்த தேசம் அது. ஓர் அபாயம் என்றால் இரு புறங்களில் இருந்தும் உதவுவதற்கு ஓடிவர பலம் வாய்ந்த இரு நாடுகள் இருந்தன.

ஆனால் அதற்காக ஹிட்லர் பயப்படவில்லை. ஒரு கணக்குப் போட்டார். சோவியத் யூனியன் அப்போது போரில் ஈடுபடும் மனநிலையில் இல்லை என்று அவருக்குத் தோன்றியது. சோவியத் யூனியனின் தலைவர் ஸ்டாலினுக்கு உள்நாட்டுப் பிரச்னைகளே பெரிதாக இருந்தன.

தவிரவும் செக்கஸ்லாவாக்கியா விஷயத்தில் ஸ்டாலினுக்கு வேறொரு தர்மசங்கடமும் இருந்தது. கடைந்தெடுத்த முதலாளித்துவ தேசமான பிரான்சோடு செக்காஸ்லாவாக்கியா கூட்டணி

வைத்திருந்தது. பொது எதிரி ஜெர்மனிக்கு எதிராக ஓர் யுத்தம் என்றாலும் பிரான்ஸ் நிற்கும் அணியில் ஸ்டாலினால் நிற்க முடியுமா? கம்யூனிஸ்டுகள் எப்பொழுதுமே முதலாளித்துவத்துக்கு எதிரானவர்கள்தானே? அப்படி இருக்கையில் ஸ்டாலின் எப்படி பிரான்ஸ் கூட்டணி வைத்திருக்கும் இன்னொரு நாட்டுக்கு ஆதரவாகச் செயல்படுவார்?

'இந்த விஷயத்தில் ஜோசப் ஸ்டாலின் அவசியம் யோசிப்பார். அப்படி அவர் யோசிக்க ஆரம்பித்து ஒரு முடிவுக்கு வருவதற்குள் காரியத்தை முடித்துவிட வேண்டும்' என்று ஹிட்லர் நினைத்தார். அதற்கான ஆயத்தங்களில் இறங்க ஆரம்பித்தார்.

2. போலந்து இட்லி

செக்கஸ்லாவாக்கியா அரசு கவலைப்பட ஆரம்பித்தது. அவர்களுக்கு ஹிட்லரைப் பற்றித் தெரியும். அவரது உடனடித் திட்டம், நீண்ட நாள் திட்டம் அனைத்தும் தெரியும்.

ஆகவே ஹிட்லர் ஒரு மாகாணத்துடன் நிற்காமல் ஒட்டுமொத்த செக்கஸ்லாவாக்கியாவையும் சாப்பிட்டுவிடுவார் என்று அஞ்சி, கண்ணில் பட்ட அத்தனை பேரிடமும் முறையிட ஆரம்பித்தார்கள்.

செக்கஸ்லாவாக்கியாவின் அழுகையைப் பொறுக்க மாட்டாமல் 1938, செப்டெம்பர் 29ம் தேதி ம்யூனிக்கில் ஓர் உடன்படிக்கைக்கு ஹிட்லரைத் தேடி வந்தார்கள் சிலர். பிரான்ஸ் பிரதமர் யூடோர்ட் டலாடியர் (Edouard Daladier), இத்தாலியின் அதிபர் பெனிட்டோ முசோலினி (Benitto Mussolini), பிரிட்டன் பிரதமர் சாம்பர்லைன் (Neville Chamberlain).

அவர்கள் ஹிட்லரைத் தேடி வந்த நோக்கம் இதுதான். 'புவியியல் படியும் இன ரீதியிலும் சூடடன்லாந்து ஜெர்மனியைச் சார்ந்ததாகத்தான்

"

இருக்கிறது. அது அப்படியே இருக்கட்டும். ஹிட்லர் எடுத்துக்கொள்ளலாம். ஆனால் செக்கஸ்லாவாக்கியா மீது படையெடுக்க வேண்டாம். அதன் இறையாண் மைக்குக் குந்தகம் விளைவிக்க வேண்டாம்.'

'அதற்கென்ன, பார்த்துக்கொள்ளலாம்' என்று ஹிட்லர் சொல்லிவிட்டார். உண்மையில் செக்கஸ்லாவாக்கி யாவுக்குத் தன் மாகாணத்தை இப்படி அநியாயமாகத் தாரைவார்க்க நேர்வதில் சற்றும் விருப்பமில்லை. ஆனால் 'ஒரு தேசத்தைக் காப்பாற்ற ஒரு மாநிலத்தைக் கொடுக்கலாம்' என்று சொல்வார்கள் இல்லையா? அதன் அடிப்படையில் சூடடன்லாந்தை ஜெர்மனிக்கு விட்டுக் கொடுக்க சம்மதித்தார்கள்.

ம்யூனிக்குக்கு வந்த விருந்தாளிகளை மரியாதையாக வரவேற்று, உட்காரவைத்துப் பேசி, கையெழுத்துப் போட்டுக்கொடுத்து அனுப்பிவைத்தார் ஹிட்லர். போகிற போக்கில் 'ஜெர்மனிக்கும் பிரிட்டனுக்கும் இடையில் எதிர்காலத்தில் என்ன பிரச்னை ஏற்பட்டாலும் அடித்துக்கொள்ளாமல் பேசித்தீர்த்துக் கொள்ளலாம்' என்று இன்னொரு ஒப்பந்தமும் செய்து கொண்டார்.

'அடடே, ஹிட்லரைப் போர் வெறியர் என்று நினைத்தோமே? அவருக்கு நேரடி அரசியலும் தெரிகிறதே? எவ்வளவு அழகாகப் பிரச்னையைப் பேசி, பெரிதாகாமல் முடித்துவிட்டார்?' என்று சொல்லிக்கொண்டே மகிழ்ச்சியோடு திரும்பினார்கள் வந்தவர்கள். ஆனால், உண்மையில் ஹிட்லரின் குணம் அவர்களுக்குத் தெரிந்திருக்கவில்லை என்றுதான் சொல்லவேண்டும்.

அந்த வருடக் கணக்கை அத்துடன் முடித்துக்கொண்டு, அடுத்த வருடக் கணக்கை மார்ச் 10ம் தேதி ஆரம்பித்தார்

ஹிட்லர். செக்கஸ்லாவாக்கியாவின் பிற பகுதிகளின் மீது அவருடைய பார்வை விழுந்தது. வெர்செயில்ஸ் ஒப்பந்தத்தின் அடிப்படையில் போலந்துக்குத் தாரை வார்க்கப்பட்ட ஜெர்மானியப் பகுதிகளையும் மீட்கிற திட்டத்தைக் கையில் எடுத்தார்.

அவ்வளவுதான். பிரிட்டன் அதிர்ந்து போனது. 'ஆபத்து தொடங்கப் போகிறது. மெல்ல மெல்ல ஹிட்லர் எல்லா ஒப்பந்தங்களையும் மீறுகிறார். எல்லா நாடுகளையும் ஆக்கிரமிக்கப் பார்க்கிறார். என்ன செய்யலாம்? ஆரம்பத்திலேயே தட்டிவைப்பது நல்லது. என்ன செய்யலாம்?' என்று யோசித்தது பிரிட்டன்.

பிரிட்டன் பிரதமர், சாம்பர்லைன், சோவியத் யூனியனின் தலைவர் ஸ்டாலினைத் தொடர்பு கொண்டார். ஜெர்மனிக்கும் சோவியத் யூனியனுக்கும் நடுவில்தான் போலந்து இருக்கிறது. இரண்டு பகாசுரன்களுக்கு இடையே மாட்டிக்கொண்ட இட்லி மாதிரி. எப்படி ஹிட்லருக்குப் போலந்தின் மீது கண் இருந்ததோ, அதே மாதிரி ஸ்டாலினுக்கும் இருந்தது. இருவருமே சாப்பிட விரும்பினார்கள். இருப்பது ஒரு இட்லி. என்ன செய்யலாம்?

இடையில் வந்து போர் உடன்படிக்கைக்குச் சம்மதம் கேட்ட பிரிட்டன் பிரதமரை ஸ்டாலின் நிராகரித்துவிட்டார். மாறாக, யாரும் எதிர்பாராத விதத்தில் அவர் ஹிட்லருடன் ஓர் உடன்படிக்கைக்கு சம்மதம் தெரிவித்தார். அதாவது, போலந்தில் பாதி ஹிட்லருக்கு, பாதி ஸ்டாலினுக்கு.

ஆகஸ்ட் 23, 1939ம் ஆண்டு ஹிட்லர் - ஸ்டாலின் ஒப்பந்தம் அரங்கேறியது. 'எந்தச் சூழல் ஏற்பட்டாலும் ஜெர்மனி, சோவியத் யூனியன் மீது போர்

தொடுக்காது' என்று சூடம் ஏற்றி அணைத்து சத்தியம் செய்து கொடுத்தார் ஹிட்லர். சத்தியங்கள் அவருக்கு வெஜிடபிள் சூப் மாதிரி. சுவைத்துச் சாப்பிடுவார். நிறைய மிளகு சேர்த்து, தேவையான அளவு உப்பு போட்டு. புறை ஏறினால் தண்ணீர் குடித்தால் போகிறது. என்ன பெரிய கஷ்டம்? சத்தியத்துக்கு அவர் கொடுத்த மரியாதை அவ்வளவுதான்.

சரியாக ஏழுநாள். ஒப்பந்தம் கையெழுத்தான மறுவாரமே ஜெர்மன் படைகள் போலந்தின் மேற்குப் பகுதிக்குள் ஊடுருவின. மறுபுறம் சோவியத் யூனியனின் படைகள் கிழக்கு போலந்து எல்லை வழியாக உள்ளே வந்தன. பாதி பாதி எடுத்துக் கொள்ளும் ஒப்பந்தத்தின் அடிப்படையில் நிகழ்ந்தது அந்தப் படையெடுப்பு. பிரிட்டனும் பிரான்சும் போலந்துக்கு உதவ வந்தன.

போலந்து விஷயத்தில், ஜெர்மனிக்கு எதிராக பிரிட்டனும் பிரான்சும் கூட்டணி வைத்து சண்டைக்கு வந்ததில்தான் இரண்டாம் உலக யுத்தம் தொடங்குகிறது.

O

'சரி, தாக்கத் தொடங்குங்கள்!' என்று ஹிட்லர் உத்தரவிட்டார்.

செப்டெம்பர் 1, 1939. அதிகாலை நான்கு மணி நாற்பத்தைந்து நிமிடங்கள் ஆகியிருந்தன. கிழக்கு ஜெர்மனியின் எல்லைப்புறங்களிலிருந்து சீறிக்கொண்டு கிளம்பின போர் விமானங்கள். முன்னதாக, ஜெர்மானிய எல்லையில் போலந்து ராணுவம் அத்துமீறித் தாக்குதல் நிகழ்த்தியதாக ஒப்புக்கு ஒரு குற்றச்சாட்டை முன்வைத்துவிட்டுக் கிளம்பியிருந்தது ஹிட்லரின் படை.

20

புறப்பட்ட அரை மணிக்குள் போலந்தின் வான் எல்லையில் அவை அணிவகுத்திருந்தன. திட்டம் தெளிவானது. விமான நிலையங்களை முதலில் வசப்படுத்த வேண்டும். பிறகு தகவல் தொடர்பு மையங்கள். ரயில்பாதைகள். சாலை வழிகள்.

போக்குவரத்து வழிகள் முற்றிலும் வசமானபிறகு ரெகுலர் தாக்குதல் தொடங்கும். முதலில் போகிற விமானப்படை, இலக்குகளைத் தாக்கித் தயாராக வைக்கும். பின்னால் வரும் மோட்டார் வாகனப்படை முற்றுகையிட்டுக் கைப்பற்றி ஆக்கிரமிக்கும்.

ஒரு முழுநீள யுத்தத்துக்குத் தயாரான தேசமாகப் போலந்து அப்போது இல்லை. எப்போதுமே இருந்ததில்லை. இருக்கவும் முடியாது. சிறிய தேசம். சிறிய ராணுவம். எளிய வாழ்க்கை. பூர்வ குடிகளான போலிஷ் மக்களும் யூதர்களும் செக் இனத்தவரும் கொஞ்சம் உக்ரேனியர்களும் பெரிய பிரச்னைகள் ஏதுமின்றி வாழ்ந்துகொண்டிருந்தார்கள்.

பூர்ஷ்வா என்று சொல்லப்படுகிற அரசாங்கம்தான். நில உடைமைக் கொள்கைகளில் ஏகப்பட்ட குழப்படிகளுக்குப் பேர்போன அரசாகவும் அது இருந்தது. ஆனாலும் மக்களுக்குப் பிரமாதமான எதிர்ப்புணர்வு ஏதுமில்லை. ஐரோப்பா முழுவதையும் பாதித்த, முதல் உலக யுத்தத்தை அடுத்த பொருளாதார நெருக்கடி, போலந்தையும் பாதித்திருந்தது. கைக்கும் வாய்க்கும் சரியாக இருந்தது போலிஷ் மக்களின் வாழ்க்கை.

ஆனாலும் ஒரு யுத்தம் என்று வந்தபோது போலந்து ராணுவத்தினர் சற்றும் சளைக்காமல்தான் தற்காப்புக் குப் போராடக் களமிறங்கினார்கள். எப்படியும் பிரான்சும் பிரிட்டனும் உதவிக்கு வரும் என்பது

அவர்களுக்குத் தெரியும். ஆனால் ஜெர்மானியப் படை முன்னேறிக்கொண்டிருந்த வேகத்துடன் ஒப்பிடுகையில் பிரான்சு, பிரிட்டன் படைகளின் வேகம் குறிப்பிடும்படியாக இல்லை என்று அவர்களுக்குத் தோன்றியது. இன்னும் அந்த நாட்டுப் படைகள் உதவிக்கு வரவில்லை.

ஜெர்மனியின் ராணுவத்தில் நாஜிப் படைகளும் கலந்திருந்தன. இம்மாதிரியான சர்வதேச யுத்தங்களில் அனுபவமில்லாத படைகள். ஆனாலும் அவர்களிடம் வெறி இருந்தது. தாக்குதல் வெறி. அழிக்கும் வெறி. அபகரிக்கும் வெறி.

மேலே பறந்து வந்து தாக்கும் தங்கள் போர் விமானங்களைப் பார்த்து அவர்கள் உற்சாகக் குரல் கொடுத்துக்கொண்டே முன்னேறிக்கொண்டிருந்தார் கள். எதிர்ப்பட்ட கிராமங்களையும் நகரங்களையும் தீவைத்துக்கொண்டே போனார்கள். கதறியோடும் பொதுமக்களைச் சுட்டுத் தள்ளியபடி முன்னேறினார்கள்.

அது மொத்தம் 62 டிவிஷன்கள் கொண்ட பெரும் படை. 6000 பீரங்கிகள், 2800 கனரக டாங்குகள், 2000 போர் விமானங்கள் மற்றும் பரிபூரண ஆயுத பலம் பெற்ற 16 லட்சம் வீரர்கள் இருந்தார்கள். போலந்து போன்ற ஒரு குட்டி தேசத்துடன் போர் புரிய, இவ்வளவு பெரிய படை தேவையே இல்லை. ஹிட்லருக்கும் அது தெரியும். ஆனாலும் சர்வதேச அளவில் ஒரு கவனத்தைப் பெறவேண்டும் என்று அவர் உத்தேசித்திருந்தார். 'என்னைப் பார். என் பலத்தைப் பார்.'

தவிரவும் அன்றைய ஜெர்மனியின் கடற்படைப் பிரிவில் இருந்த ஏழு நீர் மூழ்கிக் கப்பல்களும்,

இரண்டு விமானம் தாங்கிப் போர்க்கப்பல்களும், மூன்று க்ரூஸர் கப்பல்களும் முற்றிலும் போலந்தை கவனிப்பதற்காகவே அணிவகுத்து நிறுத்திவைக்கப் பட்டன. இது நிச்சயம் அச்சுறுத்தும். போலந்தை மட்டுமல்லாமல் ஒட்டுமொத்த ஐரோப்பாவையும்.

உண்மையில், ஹிட்லர் தாக்குதல் உத்தேசத்துடன் கடல் படையைத் தயார் செய்யவில்லை. தனது விமானப்படையும் தரைப்படையும் யுத்தத்தில் ஈடுபட்டிருக்கும்போது, நடுநிலை நாடுகள் எதுவும் கடல் வழியே போலந்துக்கு எவ்வித உதவியும் அளிக்கமுடியாதபடி தடுப்பதற்காகத்தான் அந்த ஏற்பாடு. 'வர்த்தகக் கப்பல்களைப் பார்த்தால் கூடச் சுடுங்கள்' என்று அவர்களுக்கு உத்தரவு கொடுத்திருந்தார் ஹிட்லர்.

பால்டிக் கடலில் ஜெர்மனிக்கும் போலந்துக்கும் இடையிலான கடல் எல்லை முழுவதையும் இந்தக் கப்பல்கள் நம் கிராமத்தில் இருக்கும் ஐயனார் சாமி போலக் காக்கத் தொடங்கின.

3. ஓடிப்போன அரசாங்கம்

போலந்து கவலைப்படத் தொடங்கியது. கைவசம் வீரம் இருந்தாலும் வீரர்களின் எண்ணிக்கை போதாது. 39 டிவிஷன் காலாட்படை வீரர்கள். 11 குதிரைப்படைகள். 200 பீரங்கிகள், 800 போர் விமானங்கள். இதுதான் பலம்.

இதை வைத்துக்கொண்டு பொம்மைச் சண்டை போடுவது கூடக் கஷ்டம். பிரிட்டனும் பிரான்சும் எப்போது வந்து சேரும் என்பது தெரிந்தால், அதுவரை தாக்குப் பிடிப்பதற்கு ஏற்பப் படைகளைப் பிரித்துப் பயன்படுத்தலாம். ஆனால் அதுதானே தெரியவில்லை?

வருவார்கள் என்றார்கள். வருகிறேன் என்றும் சொன்னார்கள். கிளம்பியாகிவிட்டது என்றும் தெரிந்தது. ஆனால், இன்னும் வந்து சேரவில்லை. மாநகரப் பேருந்துக்காகவா காத்திருக்கிறார்கள்? வந்து தொலைக்க எத்தனை நேரம்?

அந்தத் தாமதம்தான் போலந்து வீரர்களின் தன்னம்பிக்கையைக் குலைத்தது. செப்டெம்பர் முதல் தேதி தொடங்கிய யுத்தத்துக்கு, மறுநாள்

வரை அவர்கள் வெறுமனே ஆயத்தம்தான் செய்துகொண்டிருந்தார்கள். படைகளைத் திரட்டவே அவகாசம் போதவில்லை. ஜெர்மானியப் படைகள் அரைவட்ட வடிவ வியூகத்துடன் மேற்கு எல்லையில் புகுந்து, வியூகம் கலையாமல் முன்னேறிக்கொண்டிருந்தார்கள். ஆரம்பித்த முதல் நாளே பேரழிவுகளைப் பார்க்கத் தொடங்கியது போலந்து.

முன்னேறும் ஜெர்மானியப் படைகளைத் தடுக்க முடியாதது ஒரு பிரச்னை. அவர்களது தாக்குதலிலிருந்து தற்காத்துக்கொள்ளவும் முடியாமல் போனது, அடுத்தது. விமானப்படை தாக்குகிறது என்று குறியை விண்ணில் வைத்தால், தரைப்படை மறுபுறம் கட்டடங்கள் மீது சரமாரித் தாக்குதல்களில் ஈடுபட்டன. அதைக் கவனிக்கப் புகுந்தால் மீண்டும் விமானப்படையின் குண்டு மழை.

அந்த நெருக்கடியில் இரு பிரிவாக நின்று தற்காப்புப் பணிகளில் ஈடுபடக் கூட ஒழுங்கான உத்தரவு வரவில்லை அவர்களுக்கு.

ஜெர்மானிய வீரர்கள், மின்னல்வேகத் தாக்குதல் என்னும் புதிய உத்தி ஒன்றை அந்த யுத்தத்தில் அறிமுகப்படுத்தினார்கள். எதிரி சிந்திக்கவும் அவகாசம் அளிக்காமல்ம், உள்ளே புகுந்து புரட்டி எடுத்துவிட்டுக் கண்இமைக்கும் நேரத்தில் காணாமல் போய்விடுகிற உத்தி. போதிய இடைவெளியில் திரும்பத்திரும்ப இதே நடவடிக்கை.

எப்போது விமானம் வரும், குண்டு வீசும், அடித்து நொறுக்கும் என்று யாரும் யூகிக்க முடியாது. குறி பார்த்துக்கொண்டு காத்திருக்க முடியாது. கணக்குகளைத் தவிடுபொடியாக்கும்

புதிய கணக்குகளை முன்னதாக ஹிட்லர் போட்டுக்கொடுத்திருந்தார். அதிலிருந்து அங்குலம் கூட நகர்ந்து போரிட அனுமதி இல்லை.

ஒரு நகரத்தையும் மிச்சம் வைக்கக் கூடாது. முழுமையாக நகரம் வசமாகும்வரை அடுத்த இலக்கு நோக்கி நகரக் கூடாது. நகரம் வசமாவது என்றால் என்ன? அத்தனை முக்கியக் கட்டடங்களையும் அடித்து நொறுக்குதல். போலந்தின் ஒரு ராணுவக் கொசுவும் அங்கே இருக்கக்கூடாது. காவல் நிலையங்கள், அரசு அலுவலகங்கள் அனைத்தும் வசப்பட்டாக வேண்டும். மக்களில் யாரும் துண்டுக் கலகங்களில் ஈடுபடக் கூடாது. வீதிக்கு வந்தால் சுட்டுத் தள்ளு. வீட்டுக்குள் பதுங்கிக்கொண்டால், கதவை இழுத்துப் பூட்டி வாசலில் ஆள் போடு.

இப்படித்தான் அவர்கள் முன்னேறினார்கள். சரியாகப் பன்னிரண்டு தினங்களில் ஓர் அரைவட்ட வடிவில் நெருங்கி வார்சாவை முற்றுகையிட்டுவிட்டார்கள் ஜெர்மானியர்கள்.

இதுதான் எல்லை. இதற்குமேல் வாழ்வா சாவா யுத்தம்தான். போலந்துப் படைகள் இறுதி ஆயத்தங் களில் இறங்கின. தளபதிகள் தம்மாலான அதிகபட்ச சிரத்தையுடன் வியூகங்களை வகுத்தார்கள். 'முன்னேறி அடித்தல்' என்னும் சித்தாந்தம் இறந்துவிட்டது. செய்யவேண்டியது தற்காப்புத் தாக்குதல் மட்டுமே.

உதவிக்கு வருவதாகச் சொல்லியிருந்த பிரிட்டனும் பிரான்சும் மிக அழகாக ஏமாற்றியிருந்தன. யுத்தத்தில் நுழைவதற்கு போலந்து ஒரு சாக்கு அவர்களுக்கு. அவ்வளவுதான். அவர்கள் பிரான்சின் எல்லையில் நின்றுகொண்டு, ஜெர்மனிக்குள் தாக்குதலைத் தொடங்க ஆலோசித்து, முன்னேறத்

தொடங்கியிருந்தார்கள். ஜெர்மனி மீது தாக்குதல். சரிதான். நல்லது. அப்படியானால் போலந்தின் கதி?

உண்மையில் போலந்தைக் கைவிட்டது பிரிட்டனும் பிரான்சும் மட்டுமல்ல. போலந்தின் அப்போதைய ஆட்சியாளர்களும்தான்.

சரித்திரம் அதற்குமுன் கண்டிராத மிகக் கேவலமான நடவடிக்கை அப்போது அரங்கேறியது. அதிபர் தொடங்கி, அவர்வீட்டு நாய்க்குட்டிவரை-போலந்தின் அதிகார மையத்தில் இருந்த அத்தனை பேரும் அன்று இரவோடு இரவாக, தலைநகர் வார்சாவைவிட்டு ஓடிப்போனார்கள். ருமேனியாவுக்கு அவர்கள் உயிர்பிழைத்து ஓடிவிட்டார்கள் என்கிற தகவலே மிகத் தாமதமாகத்தான் ராணுவத்துக்குக் கிடைத்தது.

இதென்ன அவலம்? இப்படியும் நடக்குமா? ராணுவம் அங்கே யுத்தம் புரிந்துகொண்டிருக்கிறது. பன்னிரண்டு தினங்களில் லட்சக்கணக்கான போலீஷ் மக்கள் உயிர் துறந்திருக்கிறார்கள். தேசமே பற்றி எரிந்துகொண்டிருக்கிறது. எல்லாம் எதற்காக? கொத்துக்கொத்தாகக் கைது செய்து மக்களை ஜெர்மானிய ராணுவம் ரயிலேற்றி அனுப்பிக்கொண்டிருக்கிறது. அத்தனை பேரும் யூதர்கள். ஆண்கள், பெண்கள், குழந்தைகள். வழியிலேயே சுட்டுக்கொன்று வீசி எறிகிறார்கள் என்று தகவல் வருகிறது. ஒரு நிமிடம் நின்று அஞ்சலி செலுத்தக்கூட அவகாசமில்லாமல் இங்கே தாக்குதல் அதன் உச்சத்தை எட்டிக்கொண்டிருக்கிறது. உயிர் ஒன்றைத்தவிர மிச்ச எல்லாம் போய்விட்ட சூழ்நிலை. ஒரு அரசாங்கம் இப்படியா புறமுதுகிட்டு ஓடும்?

ராணுவத்தின் ஒழுங்கு அந்த வினாடியில் குலைந்து போனது. அவர்களது தன்னம்பிக்கை தளர்ந்துவிட்டது.

அன்றைய தினம் ஹிட்லர் விமானம் ஏறி வார்சாவுக்கு வந்தார். சுற்றிப் பார்த்தார்.

'என்ன நடக்கிறது இங்கே? போலந்துக்குப் பன்னிரண்டு தினங்களா? ம்ஹ¤ம். இது அதிகம். எனக்குத் தாமதத்துக்குக் காரணம் வேண்டாம். வெற்றிச் செய்தியைத் தந்தியில் அனுப்பிவிட்டு அடுத்த ஊருக்குக் கிளம்ப ஆயத்தமாகுங்கள்.'

மறுநாள் இரண்டாயிரம் போர் விமானங்கள் வார்ஸா நகரத்தின் வானை வட்டமிட்டன. ஒரு வினாடி இடைவெளியும் இல்லாமல் அடித்துக்கொண்டே இருந்தார்கள். நகரில் ஒரு செங்கல் கூட மிச்சமில்லா மல் உதிர்ந்துவிட்டன.

அதே வேளையில் சில லட்சம் காலாட்படைகள் நகர் முழுவதையும் சுற்றி வளைத்து வீடு வீடாக, வீதி வீதியாக ஆக்கிரமிக்கத் தொடங்கினார்கள். எதிர்ப்பட்ட அத்தனை பேரையும் கொன்றார்கள்.

அது கற்பனைக்கு அப்பாற்பட்டப் பேரழிவு. அந்த ஒரு தினத்தில் மட்டும் இரண்டாயிரம் பேர் வார்சா வீதியில் இறந்துகிடந்தார்கள். தவிரவும் இரண்டாயிரத்தி இருநூறு ராணுவ வீரர்கள் உயிர் துறந்திருந்தார்கள். படு காயத்துடன் உயிருக்குப் போராடிக்கொண்டிருந்தவர்கள் எண்ணிக்கை பதினேழாயிரம். பின்னால் இடிபாடுகளை விலக்கி, சிக்கியிருந்த உடல்களை மீட்டு எண்ணிப் பார்த்ததில் மொத்தமாக அறுபத்தி மூவாயிரம் பேர் இறந்துபோயிருந்தது தெரிந்தது.

முப்பதாம் தேதி வரை தாக்குப் பிடித்தார்கள் போலந்து வீரர்கள். அதற்குமேல் முடியவில்லை. விழுந்துவிட்டார்கள்.

கொண்டாடிக்கொண்டிருக்க அவகாசமில்லை என்று ஹிட்லர் அங்கிருந்து எச்சரித்தார். வார்ஸா, கேலெட்ஸ், சிலேஸியா, போமரானியா, லோட்ஸ் ஆகிய போலந்தின் மாகாணங்கள் உடனடியாக ஜெர்மனின் பகுதிகளாக அறிவிக்கப்பட்டன. மீதமிருந்த பகுதிகளை ஜெர்மனியின் பிரதிநிதியாக ஒரு கவர்னர் ஜெனரல் தனியே ஆள்வார் என்றும் அறிவிக்கப்பட்டது.

பல லட்சக்கணக்கான போலந்து மக்கள் கிடைத்ததை வாரிச் சுருட்டிக்கொண்டு அகதிகளாக அக்கம்பக்கத்து தேசங்களின் எல்லைகளில் போய் நின்று கதறிக்கொண்டிருந்தார்கள். சிலர் தப்பித்தார்கள். பலர் மாட்டிக்கொண்டார்கள். கணக்கில் வராத பல்லாயிரக்கணக்கான படுகொலைகள் எல்லைகளில் அரங்கேறின.

போலந்தின் வசமிருந்த ஜெர்மானிய நிலப்பரப்பைச் சேர்ந்த பூர்வ ஜெர்மானியர்கள் மட்டும் யுத்தத்தின் முடிவுக்கு சந்தோஷப்பட்டு ஹிட்லருக்கு மலர்க்கொத்து அனுப்பினார்கள்.

அதற்காக அவர்கள் வருத்தப்பட வேண்டிய காலமும் விரைவிலேயே வந்தது. பிராந்தியத்தின் அத்தனை வளங்களும் உடனடியாக ஜெர்மன் ராணுவத்தின் வசமாகிப் போனது. மக்களுக்கு ரொட்டி கிடைத்தாலே பெரிய விஷயம் என்கிற நிலைமை.

4. மலைப் பாம்புகள்

போலந்தில் ஜெர்மனிக்குக் கிடைத்த வெற்றி மிகப்பெரியது. இதில் சந்தேகமில்லை. உண்மையில் அந்த வெற்றியை ஹிட்லரே எதிர்பார்த்திருக்கவில்லை. வெறும் போலந்து அவருக்குப் பெரிய விஷயமில்லைதான். ஆனால் பிரிட்டனும் பிரான்சும் உதவிக்கு வரும்பட்சத்தில் அந்த வெற்றிக்கு அத்தனை வாய்ப்புகள் இருக்காது என்றுதான் நினைத்தார். சற்றே தள்ளிப்போகக் கூடும். இன்னும் சில காலம் போர் நீடித்திருக்கும். ஒருவேளை இடைவேளை விடவேண்டி வந்திருக்கலாம்.

ஆனால் ஏன் பிரான்சும் பிரிட்டனும் தாமதித்தன?

ஹிட்லருக்குப் புரியவில்லை. போலந்திலிருந்து சோவியத் யூனியனை நோக்கி நகர்வதற்காக வேண்டுமென்றேதான் அவர்கள் தாமதித்தார்கள் என்று சோவியத் யூனியன் குற்றம் சாட்டியது.

அதெப்படி நகரும்? ஏற்கெனவேதான் ஹிட்லர் ஸ்டாலினுடன் ஒப்பந்தம் செய்துகொண்டிருக்கி றாரே?

அதுசரி. ஹிட்லர் எந்த ஒப்பந்தத்தை மதித்திருக்கிறார்? எப்படியும் அவர் சோவியத்தைத் தாக்காமல் இருக்கமாட்டார் என்பதுதான் பிரிட்டன் கூட்டணிப் படைகளின் எதிர்பார்ப்பு. போலந்தில் ஒரு பெரிய வெற்றி கிடைத்துவிடும்பட்சத்தில் அப்படியே நகர்ந்து அடுத்த எல்லைக்குள் நுழைய ஒரு சந்தர்ப்பம் இருக்குமானால் அதை ஏன் கெடுக்க வேண்டும்?

இரண்டாம் உலக யுத்தத்தின் சூத்திரதாரி ஹிட்லர்தான். இதில் சந்தேகமில்லை. ஆனால், அந்த வாய்ப்பை ஒவ்வொரு ஐரோப்பிய தேசமும் தம் தனிப்பட்ட அரசியல் லாபங்களுக்காகப் பயன்படுத்திக்கொள்ள போட்டிபோட்டன என்பதும் உண்மை. கிடைத்தவரை லாபம். குற்றம் சுமத்த வேண்டிய நேரம் வரும்போது ஹிட்லரைக் கைகாட்டிவிடலாம். இப்படியொரு வாய்ப்பு இன்னொருமுறை கிடைக்காது.

ஐரோப்பிய முதலாளித்துவ தேசங்களுக்கு சோவியத் யூனியனை ஒழித்துவிடும் பேரவா இருந்தது. ஜெர்மனிக்கு வல்லரசாகும் கனவு இருந்தது. சோவியத் யூனியனுக்குத் தன் மேற்கு எல்லைகளை விஸ்தரிக்கும் நப்பாசை இருந்தது. கடல் கடந்து தூரத்தில் இருந்த அமெரிக்காவுக்கு இந்த யுத்தத்தை சாக்காக வைத்து எத்தனை ஆயுதங்கள் விற்கலாம், எவ்வளவு பெட்ரோல் ஏற்றுமதி செய்யலாம், எத்தனை சம்பாதிக்கலாம், எப்படியெல்லாம் சம்பாதிக்கலாம் என்ற எண்ணம் இருந்தது. கிழக்கு எல்லையில் இருந்த ஜப்பானுக்கு சீனாவை கபளீகரம் செய்துவிட்டு, முடிந்தால் சோவியத் யூனியனைப் பதம் பார்க்கும் வேட்கை இருந்தது.

மொத்தத்தில் அத்தனை பேரும் மலைப்பாம்பு களாக ஆகவிரும்பினார்கள். அகப்பட்டவரை

விழுங்கிவிட்டு ஆயாசத்துடன் விரிந்துகிடக்கிற வேட்கை. அருவருப்பானதுதான். ஆட்சேபகரமானது தான். அசிங்கமானதுதான். ஆனாலும் அதுதான் ராஜதந்திரம் என்று சொல்லப்பட்டது. அதுதான் பிழைக்கும் வழி என்று அவர்கள் நினைத்தார்கள். கிடைத்த எந்த சந்தர்ப்பத்தையும் விட்டுவிட யாரும் தயாராக இல்லை. ஹிட்லரைப் போலவே.

போலந்து தாக்குதலின் வெற்றிக்குச் சில மாதங்களிலேயே ஹிட்லர் டென்மார்க்கின் மீது படையெடுத்தார். இப்போது அவருடைய ராணுவத்தின் பலம் கொஞ்சம் அதிகரித்திருந்தது. போலந்து ராணுவத்திடமிருந்து கைப்பற்றிய அத்தனை விமானங்கள், ஆயுதங்கள், பீரங்கிகளும் ஜெர்மானிய ராணுவத்துக்கு வந்து சேர்ந்திருந்தன. வார்சாவில் கைப்பற்றப்பட்ட வளங்கள் எல்லாம் ஜெர்மன் ராணுவ நல நிதியில் சேர்க்கப்பட்டன. 'ஜெயித்துக்கொண்டிருக்கிற வரை சௌக்கியங்களுக்குக் குறைவே இல்லை' என்று குதூகலத்தோடு இருந்தது ஜெர்மன் படை.

ஜெர்மானியப் படைகளுக்கு டென்மார்க், நார்வே எல்லாம் ஒரு பொருட்டாகவே இல்லை. நடந்தவாக்கில் நாலு வெற்றிலை வாங்கி மடித்து மெல்வது போல் அந்த நாடுகளை மென்றுத் துப்பிவிட்டார்கள். அப்படியே பெல்ஜியத்துக்குப் போனார்கள். அதையும் விழுங்கி ஏப்பம் விட்ட பிறகுதான் ஹிட்லரின் மனத்தில் பிரான்ஸின் வரைபடம் வந்து விழுந்தது.

'பிரான்ஸ். என்ன பெரிய தாதாவா? என்னை விடவா? கேவலம் பிரிட்டன் தானே உனக்குக் கூட்டு? நான் கடவுளுடன் கூட்டணி வைத்தவன். தடுத்து நிறுத்த

முடியாதவன். ஆளப்பிறந்தவன். போலந்தை மட்டுமல்ல. உன்னையும் வேறு எவனையும் கூட.' என்று சத்தமாகச் சொல்லிக் கொண்டார் ஹிட்லர்.

1940-ம் ஆண்டு மே மாதம் 10ம் தேதி அதிகாலை ஹிட்லர் தம் வீரர்களுக்கு ஓர் அறிக்கையை வாசித்தார். 'பிரான்சும் பிரிட்டனும் மானுட இனத்துக்கே துரோகிகள். அவர்களை ஒழிப்பதே ஜெர்மனியின் இறுதி லட்சியம். அதற்கான தாக்குதல் இன்றே தொடங்கும். இதுவே அடுத்த ஆயிரம் ஆண்டுகளுக்கு ஜெர்மனியின் தலையெழுத்தை எழுதும்.'

அன்றைய சூழ்நிலையில் பிரான்சுக்கு எதிராக இப்படிப் பேச மிகப்பெரிய துணிச்சல் வேண்டும். ஹிட்லர் ஒருவரைத் தவிர வேறு யாருக்கும் அது கிடையாது. 1936-ம் ஆண்டிலிருந்து ஜெர்மனியுடன் அரசியல் மற்றும் ராணுவ ரீதியில் மிக வலுவான கூட்டணி வைத்த தேசம் இத்தாலி. யுத்தத்தில் ஜெர்மனிக்கு ஆதரவாக பிரான்ஸ் மீது படையெடுத்த ஒரே தேசம். ஆனாலும் பெனிட்டோ முசோலினி இம்மாதிரியெல்லாம் அறிக்கை விட்டவர் இல்லை. ஹிட்லர், அதிகாரத்தைக் கைப்பற்றுவதற்கு, முசோலினி காட்டிய வழியைத்தான் கடைப்பிடித்தார். ஆனால் யுத்த காலத்தில் ஹிட்லரைப் பின்பற்றுவதுதான் தனக்கும் தன் தேசத்துக்கும் நல்லது என்று முசோலினி நினைத்தார்.

அந்த இருவரின் நட்பு இறுதிவரை உறுதி குலையாமல் இருந்தது. ஆஸ்திரியாவில் தொடங்கி போலந்து வழியே டென்மார்க், நார்வே, நெதர்லாந்து, பெல்ஜியம் என்று ஹிட்லர் வெற்றி மேல் வெற்றி பெற்றுக்கொண்டே போன காட்சியைப் பார்த்த முசோலினிக்குப் புல்லரித்துப் போய்விட்டது.

'இதோ ஒரு புதிய சக்தி. ஐரோப்பாவின் தலையெழுத்தை மாற்றி எழுதப்போகிற ஒரே பெரிய தலைவர் ஹிட்லர்தான். ஒட்டுமொத்த ஐரோப்பாவும் அவருடைய வசமாகப் போவது சர்வநிச்சயம். அப்போது ஐரோப்பாவில் இரண்டு ஆட்சிகள் மட்டுமே இருக்கும். ஒன்று ஹிட்லருடையது. இன்னொன்று அவருடன் தோழமை கொண்ட என்னுடையது.'

ஹிட்லருக்கு உதவியாக மட்டுமே தான் யுத்தத்தில் பங்கெடுக்க வேண்டும் என்று முசோலினி நினைத்தார். கிடைத்த வாய்ப்பில் தானும் நாடு பிடிக்கும் உத்தேசமுடன் நகரவேண்டாம் என்று முடிவு செய்திருந்தார். ஆசை இருந்தது. ஆனால் அதைக் கடல்தாண்டி வைத்துக்கொள்ளலாம் என்று அவர் முடிவு செய்து ஆப்பிரிக்காவுக்குத் தன் படைகளை அனுப்பிவைத்தார். அங்கிருந்த பிரெஞ்சுக் காலனிகள். அங்கிருந்த பிரிட்டன் காலனிகள். தாக்குவதற்கு இடங்களா இல்லை? ஐரோப்பா முழுவதும் ஹிட்லர் விளையாடுவதற்கான மைதானம். தனக்கு ஆப்பிரிக்கா போதும்.

அப்படி ஒரு தோழமை அவருடையது. பொதுவாக ஹிட்லரின் வாழ்வில் மென் உணர்வுகளுக்குப் பெரிய இடம் இருந்ததில்லை. ஆனால் முசோலினி விஷயத்தில் இப்படியொரு நட்பு தனக்குக் கிடைத்தது ஒரு வரம் என்றே ஹிட்லர் கருதினார். தன்னைப் போலவே சிந்திக்கிற ஒரு மனிதன். தன் எழுச்சியையும் தன் வளர்ச்சியையும் பொறாமையில்லாமல் பார்க்கிற மனிதன். தனக்குத் தோள் கொடுத்ததற்காக சர்வதேசக் கண்டனங்களைப் பெற்றபோதும் துடைத்துப் போட்டுவிட்டுப் புன்னகை புரிந்த மனிதன்.

முசோலினிக்குச் சரியாகப்படும் தனது நடவடிக்கைகள் மற்ற அனைவருக்கும் தவறாகவே படுகிறதென்றால் தவறு யாரிடம்? அவரைவிடவா மற்றவர்கள் பெரிது?

ஹிட்லருக்கு வேறு எதுவுமே, யாருமே ஒரு பொருட்டில்லை என்று தோன்றியது. அவர் சற்றும் எதிர்பாராவிதமாகத்தான் இரண்டாம் உலகப்போரில் ஜப்பான் ஜெர்மனியுடன் கைகோத்தது. இருந்த இரண்டு சக்திகள் மூன்று சக்திகளாயின. முசோலினிதான் அந்தக் கூட்டணிக்கு *Axis Power* என்று பெயர் வைத்தார்.

நல்லதுதான். ஜப்பானுக்கு சோவியத் யூனியனையும் பிடிக்காது. அமெரிக்காவையும் பிடிக்காது. இரு தேசங்களுக்கும் நடுவில் இருந்த குட்டித்தீவு அது. ஆனாலும் ராணுவ பலம் அதிகம். பெயருக்கு மன்னர் இருந்தார். சக்கரவர்த்தி என்று குறிப்பிடுவார்கள். ஆனால் ஆட்சி ராணுவத்திடம் இருந்தது. சீனாவின் சில பகுதிகளையும் மங்கோலியாவையும் ஜப்பான் தன் பிடிக்குள் கொண்டுவர நினைத்தது. 'உலகமே மோதிக்கொள்கிறது. சந்துகளில் சிந்துபாட தனக்கொரு தருணம் வாய்க்காமலா போய்விடும்?' என்று நினைத்தது ஜப்பான்.

அன்றைய ஜப்பான் ஹிட்லரை நம்பியது. என்றால், அவருடைய வீரத்தை. வெற்றிகளை. அதிகார சக்திகள் என்று வருணிக்கப்படும் அத்தனை பேரையும் அலட்சியப்படுத்திவிட்டுத் தன் பாதையில் முன்னேறும் அவருடைய ஆண்மை ஜப்பானைக் கவர்ந்தது. எத்தனை துணிச்சலாக சர்வதேச சங்கத்திலிருந்து*(*ஐ.நா. தோன்றுவதற்கு முன் இருந்த அமைப்பு. முதல் உலகப்போரின் விளைவுகளுள்

ஒன்று.) ஜெர்மனி தன்னை விடுவித்துக்கொள்வதாக அறிவித்தது? வெர்செயில்ஸ் உடன்படிக்கையை மீறுகிற துணிச்சல் வேறு யாருக்கு வரும்? பிரிட்டிஷ் பிரதமர் சாம்பர்லெயினே ஜெர்மனிக்கு வந்து ஹிட்லருக்குத் தடவிக்கொடுத்துவிட்டுப் போன காட்சியை செக்கஸ்லாவாக்கியா விஷயத்தின்போது பார்த்தோமே? அதுவல்லவா வீரம்? அதுவல்லவா ஆண்மை?

இரண்டு விஷயங்கள் அப்போது ஹிட்லருக்குச் சாதகமாக இருந்தன. ஒன்று, இந்தக் கூட்டணி பலம். இன்னொன்று, அவர் வெற்றி கொண்ட நாடுகளிலி ருந்து கிடைத்த ஆயுதங்கள், பணம் மற்றும் தாதுப்பொருள்கள்.

விமானக் கட்டுமானங்களுக்குத் தேவையான அலுமினியம், போக்குவரத்துக்கு பெட்ரோல், ஆயுதத் தயாரிப்புக்கு வேண்டிய இரும்பு, பாக்சைட், மாங்கனீஸ் போன்றபல்வேறுமூலப்பொருள்கள்யுத்த காலத்தில் எப்போதும் ஆட்டம் காட்டக்கூடியவை. யுத்தம் செய்யும் தேசங்களுக்கு அப்போது இத்தகைய தாதுப்பொருள்களை சப்ளை செய்வோர் கொள்ளை லாபம் பார்ப்பார்கள். போர்க்காலத்தில் பேரம் பேசிக்கொண்டிருக்க முடியாது.

ஹிட்லருக்கு அந்தப் பிரச்னையே இல்லாமல் போய் விட்டது. தான் கைப்பற்றிய தேசங்களின் அத்தனை வளங்களையும் உடனுக்குடன் அவர் ஜெர்மனிக்குக் கொண்டுவர உத்தரவிட்டார். நூற்றுக் கணக்கான ரயில்கள் தாதுப் பொருள்களுடன் நாளெல்லாம் பெர்லினை நோக்கி வந்துகொண்டிருந்தன.

மறுபுறம் ஹிட்லர் பாலூட்டி வளர்த்துவைத்திருந்த ஜெர்மானிய இஞ்சினியர்கள் பேயாய் உழைத்து

ஆயுதங்கள் தயாரித்தார்கள். கனரக பீரங்கிகளையெல் லாம் வெகு அநாயாசமாக ஒரு நாளைக்கு ஆறு என்கிற கணக்கில் தயாரித்துத் தள்ளிக்கொண்டே இருந்தார்கள். யுத்த காலத்துக்கென்றே பிரத்தியேக மாக வடிவமைக்கப்பட்ட ஹெவி வெயிட் மோட்டார் வாகனங்கள் ஜெர்மனியில் மிகப் பிரபலம்.

அவர்கள் எதுதான் செய்யவில்லை? நீர்மூழ்கிக் கப்பல்களிலிருந்து சின்ன கார் வரை எதையும் ஜெர்மானிய இஞ்சினியர்களால் நினைத்த மாத்திரத்தில் தரம் குறையாமல் தயாரிக்க முடிந்தது.

ஹிட்லர் அவர்களுக்கு எல்லா ஒத்துழைப்புகளையும் வழங்கினார். ராணுவத்துக்கு அளித்த முக்கியத்து வத்தை அவர் இஞ்சினியர்களுக்கு அளித்தார். தொழிற்சாலைகளைக் கண்ணும் கருத்துமாகப் பராமரிக்கவென்றே தனியொரு அமைச்சகம் அவரது ஆட்சியில் இருந்தது. எங்கு என்ன அக்கிரமம் நடந்தாலும் அந்தப் பிரிவில் ஒரு சிறு பிரச்னையும் வரக்கூடாது என்பது அவருடைய கண்டிப்பான உத்தரவு.

5. வாழ்வா சாவா?

அதுவரை யுத்தம் பெரும்பாலும் வானத்திலும் கடலிலுமே நடந்துகொண்டிருந்தது. ஹிட்லருடைய பலம் அங்கேதான் அதிகம் இருந்தது. ஜெர்மானிய நீர்மூழ்கிக் கப்பல் என்றால் அத்தனை தேசங்களுக்குமே ஒரு நடுக்கம் இருந்தது. அவை வெல்ல முடியாதவை. ராட்சச பலம் கொண்டவை என்கிற பிம்பம் உருவாகியிருந்தது. வீரர்களிடமும் ஒரு கட்டுக்கோப்பு இருந்தது. அதை பயம் என்றும் சொல்லலாம்.

முப்படைகளுக்கும் தளபதியாக ஹிட்லரே இருந்தார். அடிமட்ட வீரன் வரை யாருக்கு வேண்டுமானாலும் பிரசிடெண்டின் உத்தரவு எப்போதும் வரும் என்கிற அளவுக்கு அவர் தன் ராணுவத்தின் அந்தராத்மாவில் ஊடுருவி இருந்தார். செய்கிற ஒவ்வொரு தவறுக்கும் உடனடியாக பெர்லினிலிருந்து கண்டனம் வரும். சாதிக்கிற ஒவ்வொரு நடவடிக்கைக்கும் அதே போலப் பூச்செண்டு வரும்.

திடீர் திடீரென்று ஹிட்லர் எந்த இடத்துக்கு வேண்டுமானாலும் சர்ப்ரைஸ் விசிட் அடிப்பார். சில

நிமிடங்கள்தான் இருப்பார். ஆனால் அந்தச் சில நிமிட நேரத்துக்குள் அவர் உதிர்க்கும் சொற்கள் அடுத்த சில மாதங்கள் வரை உற்சாகத்துடன் போரிடப் பேருதவியாக இருக்கும்.

குறிப்பாகக் கப்பல் படை விஷயத்தில் ஹிட்லர் மிகுந்த கவனம் எடுத்துக்கொண்டார். நீர் வழிதான் அனைத்து தேசங்களுக்கும் சரக்குப் போக்குவரத்துக்கு உதவி செய்பவை. கடலை ஆளத் தொடங்கிவிட்டால், எதிரிகளின் பலத்தில் பாதியை அபகரித்ததாகிவிடும் என்பது ஹிட்லரின் சித்தாந்தம். யுத்த காலத்தில் ஜெர்மானியப் படைகள் ஒரு சரக்குக் கப்பலைக் கூடக் கரை சேர விட்டதில்லை. நடுக்கடலில் சொக்கப்பனை கொளுத்தும் வைபவங்கள் தினசரி நடந்துகொண்டிருந்தன. அதாவது எதிரிக்கப்பல்களை எரிப்பது.

ஆனால் ஹிட்லர் அந்தக் கடல் யுத்தத்தை 1940க்குப் பிறகுதான் வைத்துக்கொள்வதாக இருந்தார். போலந்தைக் கைப்பற்றியவுடனேயே பிரான்ஸ் மீதுதான் அவருக்குக் குறி. ஆனால் அவரது தளபதிகள் திட்டத்தை ஓராண்டு தள்ளிப்போடச் சொன்னதால் மற்ற சிறு தேசங்களை கவனிக்கத் தொடங்கிவிட்டார்.

ஐரோப்பாவின் மேற்கு தேசங்கள் அனைத்தையும் முதலில் கைப்பற்றிவிடுவது எல்லா விதங்களிலும் சௌகரியமானது. இரு முனை யுத்தம் அதன்மூலம் தவிர்க்கப்படும். பிரான்ஸ் பெரிய புள்ளி. அதைக் கடைசியாகப் பார்த்துக்கொள்ளலாம். முதலில் குட்டி தேசங்கள் அனைத்தையும் வளைத்துவிட்டால் மேற்கு ஐரோப்பா முழுவதுமாக வசமாகிவிடும். பிறகு எங்கிருந்து வேண்டுமானாலும் படையெடுக்கலாம். யதார்த்தத்தில் அதுவே சௌகரியமாக இருக்கும்

என்று ஜெர்மானியத் தளபதிகள் கருதினார்கள். ஹிட்லரும் சம்மதித்திருந்தார்.

ஏப்ரல் 1940-ல் ஹிட்லர் டென்மார்க் மற்றும் நார்வே மீது படையெடுத்தார். எதிர்ச்சண்டைக்கு பிரான்சும் பிரிட்டனும் வந்தன. முன்னதாக போலந்தில் ஜெர்மானியர்கள் காட்டிய வேகமும் வெறியும் அவர்களை மிகவும் எச்சரித்திருந்தபடியால் அதிகவனமாக வியூகங்களை வகுத்திருந்தார்கள். ஆனாலும் ஹிட்லரின் வேகத்தை அவர்களால் எதிர்கொள்ள முடியவில்லை. ஜெர்மானியர்களின் விமானப்படைக்கும் காலாட்படைக்கும் ஓர் ஒத்திசைவு இருந்தது. இரட்டைச் சகோதரிகளின் கச்சேரி போல் தொடங்கிய வேகத்தில் களைகட்டும் லாகவம் அவர்களுக்குக் கைகூடியிருந்தது. விமானங்கள் பயணம் செய்யும் பாதை கீழே முன்னேறும் வீரர்களுக்குத் துல்லியமாகத் தெரிந்திருந்தது. எப்போது குண்டு வீசும், எங்கே சரியும், எங்கே டான்ஸ் ஆடும், எப்படி வளையும் என்று அனைத்தும் அத்துப்படி ஆகியிருந்தது.

அதேபோல, தான் ஏற்படுத்திக் கொடுக்கும் வழியில் முன்னேறும் காலாட்படையின் நடவடிக்கைகளை முற்றிலுமாக ஜெர்மானியப் போர் விமானங்களே கட்டுப்படுத்தும் வல்லமை பெற்றிருந்தன. பல சமயங்களில், காலாட்படைப்பிரிவுகளின் தலைவர்கள் விமானங்களில் இருந்தபடியேதான் இயக்கிக்கொண்டிருந்தார்கள். இது உலகில் வேறு எந்த தேசமும் கைக்கொள்ளாத நடைமுறை. எப்படி ஜெர்மானியர்களுக்கு மட்டும் சாத்தியமாகிறது என்று யாருக்கும் புரியவில்லை.

அவர்கள் வியந்துகொண்டிருந்தபோதே ஹிட்லர் பிரான்ஸ் ஊடுருவலுக்கு உத்தரவளித்திருந்தார்.

பெல்ஜியம், நெதர்லாந்து என்று பிரிட்டன் கூட்டணிப் படைகள் தம் கவனத்தைக் குவித்துக்கொண்டிருந்த வேளையில் ஜெர்மனியின் ஒரு பெரும் படைப்பிரிவு பிரான்ஸின் தெற்கு எல்லை வழியே ஊடுருவத் தொடங்கியது.

அன்று மே 10. நள்ளிரவு தாண்டி அரைமணி ஆகியிருந்தது. பிரான்சின் எல்லையில் படர்ந்திருந்த அடர்ந்த கானகத்தின் வழியே ஜெர்மானிய ராணுவம் நகரத் தொடங்கியது. முதலில் பொறியாளர்கள். அவர்களுக்குப் பின்னால் டாங்குகள். அதன்பின் காலாட்படை. அதன்பின் மோட்டார் படைகள்.

பாதை ஏற்படுத்திக்கொண்டே போகிற பொறியாளர் களை மற்றவர்கள் பின் தொடர வேண்டும். இடையில் நதி குறுக்கிடும். நரி குறுக்கிடும். மலைகளும் சதுப்பு நிலங்களும் குறுக்கிடும். என்னவானாலும் பிரச்னை இல்லை. வழி இல்லை என்று ராணுவம் சோர்ந்து உட்காரும்படி ஆகாது.

ஒரே இரவில் ஜெர்மானியப் பொறியாளர்கள் ஒரு சமயம் கிட்டத்தட்ட ஐந்நூறு மீட்டர் தொலைவுக்கு ஒரு மரப்பாலம் கட்டி டாங்குகள் கடக்க வழி ஏற்படுத்திக் கொடுத்திருக்கிறார்கள். ஒரு சத்தம் கிடையாது. 'எலேய், நாலாம் நம்பர் ஸ்பானர எடு' என்கிற ஏவல் கிடையாது. என்ன செய்வார்கள், எப்படிச் செய்வார்கள் என்று தெரியாது. ஆனால் சொன்ன நேரத்தில் காரியம் நடந்து முடியும். அதுவும் எதிரிகள் மோப்பம் பிடிக்காத விதத்தில்.

மிகத் திறமையாக அவர்கள் முன்னேறிக்கொண்டிருந் தார்கள். முன்னதாகஒருஏற்பாடு செய்யப்பட்டிருந்தது. முன்னேறி வரும் ஜெர்மானியப் படைகளை ஏதோ ஓரிடத்தில் பிரெஞ்சுப் படைகள் எதிர்கொள்ளத்தான்

போகிறது. அந்தக் கணத்தில் ஒரு கவனத் தடுமாற்றம் ஏற்படுத்தினால் நன்றாக இருக்குமே?

தளபதிகள் ஹிட்லரிடம் விஷயத்தைச் சொன்னார்கள். அதனாலென்ன என்றார் ஹிட்லர். உடனடியாகத் தம் நண்பர் முசோலினியைத் தொடர்புகொண்டார்.

'நண்பரே, ஓர் உதவி. நீங்கள் உங்கள் நாட்டு எல்லையிலிருந்து நான் சொல்லும்போது பிரான்ஸுக் குள் ஊடுருவித் தாக்கத் தொடங்கவேண்டும்.'

மறுப்பது முசோலினியின் இயல்பல்ல. அதுவும் ஹிட்லர் கேட்கும்போது. அவரும் ஒரு பெரிய படையை பிரான்ஸ் எல்லைக்குக் கொண்டுவந்து நிறுத்திவிட்டு, பெர்லின் சிக்னல் தருவதற்காகக் காத்திருந்தார்.

◯

மிகத் தாமதமாகத்தான் பிரான்ஸ் தன்னைத் தாக்கவரும் அபாயத்தைக் கண்டுகொண்டது. உடனடியாக தேசத்தில் இருந்த முழு ராணுவ பலமும் திரட்டப்பட்டது. எல்லைகளுக்குக் கொஞ்சம். முன்னேறிவரும் தொல்லைகளுக்குக் கொஞ்சம் என்று பிரிக்கப்பட்டது. விமானப்படை உஷார்படுத்தப்பட்டு, விரட்டப்பட்டன. விமானம் தாங்கிக் கப்பல்களில் வெடிமருந்துகள் குவிக்கப்பட்டன. ஒரு நட்சத்திர வடிவில் வியூகம் வகுத்திருந்தார்கள். பாரீஸில் தொடங்கிய அணி வகுப்பு, மைல் கணக்கில் நீண்டது.

படைகள் முன்னேறத் தொடங்கின. வெடிச் சத்தம் விண்ணைத் தொட்டது. ஜெர்மானிய பீரங்கிகள் மிகவும் கனமானவை. பொறியில் மாட்டி இயக்கத் தொடங்கினால் அரை மணிநேரம் ஓயாமல் வெடிக்கக் கூடியவை. கண் மண் தெரியாமல் தாக்கியபடியே

அவை முன்னேறிக்கொண்டிருந்தன. பீரங்கிகளின் பின்னால் நூற்றுக்கணக்கான காலாட்படை வீரர்கள் பதுங்கிப் பதுங்கி முன்னேறினார்கள்.

அவர்களின் முதல் இலக்கு, சாலைகள்தான். ஒவ்வொரு சாலையாக அழித்துக்கொண்டே போனார்கள். பிரெஞ்சு ராணுவம் வரும் பாதைகளெங்கும் வெடி வைத்துவிட்டுப் பக்கவாட்டில் காத்திருந்தார்கள். முன்னேறும் பிரெஞ்சுப் படையினர் வாகனங்களுடன் தூக்கியெறியப்படும்போது, ஜெர்மானியப் படை வீரர்கள் தலைதெரிக்க முன்னால் ஓடுவார்கள். தூக்கி எறியப்படும் வீரர்களும் வாகனங்களும் கீழே விழும் நேரத்தில் காத்திருக்கும் பீரங்கிகள் பக்கவாட்டிலிருந்து இடைவிடாமல் தாக்கத் தொடங்கும்.

மிகத் திறமையாக இந்த உத்தியை அவர்கள் பயன்படுத்தினார்கள். வெற்றியின் முதல் படி எதிரியை பலவீனப்படுத்துவது. தன்னம்பிக்கையைக் குலைப்பது. இதைத்தான் ஹிட்லர் திரும்பத் திரும்பத் தன் வீரர்களுக்குச் சொல்லியிருந்தார். போர் விமானங்களில் தரைப்படையினருக்கு அவர் தினசரி கடிதமெல்லாம் கொடுத்தனுப்புவார். குண்டுகளுடன் சேர்த்துக் கடிதங்களையும் விமானங்கள் வீசிச் செல்லும்.

ஆர்வமுடன் எடுத்துப் படிக்கும் ஜெர்மானிய வீரர்கள் புது மலர்ச்சியுடன் மேலும் தீவிரமாகப் போரிடுவார்கள்.

ஜெர்மானிய ராணுவம் ஓரளவு குறிப்பிடத்தகுந்த தூரம் வரை பிரான்ஸில் முன்னேறிவிட்டிருந்தபோது ஹிட்லர், முசோலினிக்கு சிக்னல் கொடுத்தார். இனி நீங்கள் களத்தில் இறங்கலாம்.

அது பிரான்ஸ் எதிர்பாராதது. திடீரென்று இத்தாலி பிரான்சுக்குள் ஊடுருவியது. காட்டுத்தனமான வேகம். குலை நடுங்கச் செய்யும் சத்தம். முழுக்கவனத்தையும் ஜெர்மனியின் மீது குவித்திருந்த பிரான்ஸ் – பிரிட்டன் கூட்டணிப் படை, இந்தத் திடீர் தாக்குதலில் சற்றே நிலைகுலைந்து போனது. முசோலினி மிகச் சுலபமாக பிரான்சின் சில பகுதிகளைத் தன்வசப்படுத்திக்கொண்டார்.

இது ஹிட்லர் எதிர்பார்த்த சௌகரியத்தைக் கொடுத்தது. பிரான்சின் கவனம் இத்தாலியப் படைகளின் மீது திரும்பிய தருணத்தை அவர் பயன்படுத்திக்கொண்டார். முன்னெப்போதுமில்லாத வேகத்துடன் ஜெர்மானியப் படைகள் பாரிசை நெருங்கின.

பிரான்ஸின் வாழ்வா சாவா யுத்தம் அது. கட்டிக்காத்திருந்த பெருமைகள். மேலான பெருமிதம். ஐரோப்பாவின் கிரீடத்தில் இருக்கிற தேசங்களுள் ஒன்று என்கிற அந்தஸ்து. வற்றாத பொருளாதாரம். வளமான வாழ்க்கை. மேலான நாகரிகப் பெருமை. அனைத்தும் ஜெர்மனியின் காலடியில் விழத்தான் போகிறதா?

யுத்த ஃபார்முலாவிலிருந்து எள்ளளவும் பிசகாமல் போர் புரிந்தார்கள் ஜெர்மானிய வீரர்கள். அதற்குமுன் அவர்கள் நிறைய வரம்பு மீறல்கள் செய்தவர்கள்தான். ஆனாலும் பிரான்ஸ் விஷயத்தில் அடக்க ஒடுக்கமாகவே நடந்துகொண்டார்கள். ஒன்று மேலான பலம் படைத்தவர்கள். அல்லது சமபலம். நிச்சயம் தாழ்ந்தவர்கள் இல்லை. எனவே, மிகுந்த கவனம் செலுத்த வேண்டியது அவசியம் என்று ஹிட்லர் சொல்லியிருந்தார்.

அவர்களும் அப்படித்தான் நடந்துகொண்டார்கள்.

6. உலகின் மாபெரும் படையெடுப்பு

மே மாதம் 15ம் தேதி அது நடந்தது. தனது பலம் முற்றிலும் குலைந்துபோய், ராணுவக் கட்டுக்கோப்பை இழந்து பரிதாபமாகத் தோல்வியைச் சந்தித்தது பிரான்ஸ். பிரெஞ்சுப் பிரதமர் பால் ரெனாட் (*Paul Reynaud*), அழுகையும் துக்கமுமாக பிரிட்டிஷ் பிரதருக்கு போன் செய்தார். அப்போதுதான் பிரதமராகப் புதிதாகப் பொறுப்பேற்றிருந்தார் வின்ஸ்டன் சர்ச்சில்.

'நாங்கள் தோற்கடிக்கப் பட்டுவிட்டோம். அடிவாங்கி விட்டோம். எல்லாவற்றையும் இழந்துவிட்டோம்!'

'அமைதியாக இருங்கள், நான் வருகிறேன், பதறாதீர் கள்' என்று சர்ச்சில் அவருக்கு ஆறுதல் சொன்னார்.

மறுபுறம் பாரிஸ் நகரெங்கும் நிரம்பியிருந்த ஜெர்மானிய வீரர்களும் இத்தாலி வீரர்களும் பட்டாசு வெடித்து மகிழ்ச்சியைக் கொண்டாடினார்கள். ஊரைச் சுற்றிப்பார்த்த தளபதிகள், பிரான்ஸின் எழிலில் சொக்கிப் போனார்கள். வானளாவிய

கட்டடங்கள். எங்கும் கலை எழில். சாலைகள் எல்லாம் சோலைகளாக இருக்கின்றன. ஓரங்களில் பசுமை. உயரங்களைத் தொடும் தேவாலயங்கள். எதிலும் நளினம். எல்லாவற்றிலும் நாகரிகம்.

அதனாலென்ன? அடித்து நொறுக்கியதில் அத்தனை யும் அலங்கோலமாகத்தான் ஆகிக்கிடக்கின்றன. குவிந்திருக்கும் கான்கிரீட் மலைகளை அப்புறப்படுத்தவே ஒரு மாதம் ஆகக்கூடும். பிரான்ஸ் திரும்ப எழுந்திருக்க எப்படியும் ஒரு வருடம் ஆகும்.

பதினாறாம் தேதி காலையே பிரிட்டிஷ் பிரதமர் சர்ச்சில் அவசர அவசரமாக பாரிசுக்கு வந்தார். நிலவரம் அவர் எதிர்பார்த்ததைக் காட்டிலும் மோசமாகத்தான் இருந்தது. அதிகாரிகள் மிகத் தீவிரமாக அரசு ஆவணங்களை, ரகசியங்களை எரித்துக்கொண்டிருந்தார்கள். எந்தக் கணமும் ஹிட்லர் வந்துவிடுவார். அத்தனை பேரும் ரகசிய இடங்களில் பதுங்கியிருந்தார்கள். ஊர் பிழைக்கவில்லை. உயிராவது பிழைத்தால் தேவலை.

சர்ச்சில் கேட்டார்: 'எங்கே போனது உங்கள் திறமை? எப்படிக் கோட்டை விட்டீர்கள்? முதல் உலக யுத்தத்தில் காட்டிய வீரம் எங்கே? விவேகம் எங்கே? திட்டமிடல் எங்கே?'

தலைகுனிந்தார்கள் பிரெஞ்சு தளபதிகள். சர்ச்சில் சொன்னார். 'என் வாழ்வில் இதனைக் காட்டிலும் பேரதிர்ச்சி ஒன்று இனி வரப்போவதில்லை.'

பிரான்ஸ் அடைந்த தோல்வி உலகம் முழுவதையும் பாதித்தது. போர் முனைகளில், பல்வேறு இடங்களில் போரிட்டுக்கொண்டிருந்த பிரெஞ்சு வீரர்கள் அத்தனை பேரும் சோர்ந்து போனார்கள். யாராலும்

நம்ப முடியவில்லை. தோல்வியா? பிரான்சுக்கா? நிஜமாகத்தானா?

ஒப்புக்காக அப்போதும் அவர்கள் யுத்தம் செய்துகொண்டுதான் இருந்தார்கள். தளபதியை மாற்றிப் பார்த்தார்கள். திடீர் திடீரென்று சிறு வெற்றிகள் அடைந்துவிட்டதாக மீடியாவுக்குச் செய்தி கொடுத்தார்கள். எல்லாம் வீண் என்று எல்லோருக்குமே தெரிந்துதான் இருந்தது. இருந்தாலும் அந்தத் தோல்வியை அவர்களால் ஜீரணிக்க முடியவில்லை.

இறுதித் தோல்வியை ஒப்புக்கொள்ள அவர்களுக்கு மேலும் சில தினங்கள் தேவைப்பட்டன. ஜூன் மாதம் 25-ம் தேதி அந்தச் சம்பவம் நடந்தது. 'ஆம். நாங்கள் தோற்றுத்தான் போனோம். இனி தாக்கவேண்டாம்.'

பிரெஞ்சுத் தளபதிகள் ஜெர்மானியத் தளபதிகளிடம் கேட்டுக்கொண்டார்கள். முதல் உலக யுத்த சமயத்தில் 1918-ம் ஆண்டு எந்த இடத்தில் ஜெர்மனி தோற்று, பிரான்சிடம் தன் தோல்வியை ஒப்புக்கொள்ள நேர்ந்ததோ அதே இடத்தில். கம்பெய்ன் (*Compiegne*) என்று அந்த இடத்துக்குப் பெயர்.

தோல்வியை அப்போதும் ஒப்புக்கொள்ள மறுத்த பிரெஞ்சுப் பிரதமர் வலுக்கட்டாயமாக ராஜிநாமா செய்யவைக்கப்பட்டார்.

பிரான்சின் வடக்கு மற்றும் மேற்குப் பகுதிகள் முழுவதையும் ஜெர்மனி ஆக்கிரமித்திருந்தது. அது ஜெர்மனியின் ஒரு பகுதியாக அறிவிக்கப்பட்டது. தெற்குப் பகுதியில் பிரெஞ்சு அரசாங்கம், 'தோல்வியுற்ற தேசம்' என்கிற அந்தஸ்துடன் ஆண்டுகொள்ள ஹிட்லர் அனுமதித்தார்.

பெருமை பொங்க பாரிசுக்கு வந்த ஹிட்லர், ஊரைச் சுற்றிப் பார்த்துவிட்டுச் சொன்னார்: 'அழகான ஊர். நீண்டநாளாக இங்கு வர ஆசைப்பட்டேன். இன்றைக்குத்தான் சந்தர்ப்பம் கிடைத்தது.'

○

பிரான்ஸ் யுத்தம் ஏற்படுத்திய பாதிப்புகள் சிறிதல்ல. பிரான்ஸை மட்டுமல்லாமல் பிரிட்டனின் பொருளாதாரத்தையும் அது மிகவும் பாதித்தது.

என்ன செய்வதென்று பிரிட்டனுக்குப் புரியவில்லை. விஷயம் மிகத் தீவிரமாக விவாதிக்கப்பட்டது. பிரெஞ்சுப் பிரதமர். பிரிட்டன் பிரதமர். அமெரிக்க அதிபர். மூவரும் கூடி அமர்ந்து ஆலோசித்தார்கள்.

அமெரிக்க அதிபர் ரூஸ்வெல்ட், காங்கிரஸில் இது குறித்துப் பேசினார். இது நியாயம் பேசும் நேரமல்ல. உதவ வேண்டிய தருணம். மார்ச் 11, 1941 அன்று அமெரிக்கப் பாராளுமன்றத்தில் ஒரு முடிவெடுக்கப்பட்டது. யுத்தத்தில் ஈடுபட்டிருக்கும் 37 தேசங்களுக்கு ஐந்து பில்லியன் டாலர்கள் ராணுவ உதவியாக வழங்கப்படும். அதில் 3.4 பில்லியன் பிரிட்டனுக்குப் போகும்.

அமெரிக்காவைப் பார்த்து கனடாவும் இதே போல் ஒரு தீர்மானம் கொண்டுவந்தது. 4.7 பில்லியன் டாலர்களை அது ராணுவச் செலவுகளுக்காக பிரிட்டனுக்கு வழங்கியது.

இந்த அன்புப் பரிமாற்றங்கள் நிகழ்ந்துகொண்டிருந்த அதே சமயத்தில் ஹிட்லர் தன் படைகளை யூகோஸ்லாவியா மீது ஏவினார். அப்போது ஜெர்மனிக் கூட்டணியில் சேர்ந்திருந்த பல்கேரியா, ஹங்கரி

போன்ற தேசங்களும் இத்தாலியும் இணைந்து இந்தத் தாக்குதலில் பங்கெடுத்தன. பிரான்சை வெற்றி கொண்ட மிதப்பு அவர்களுக்கு இருந்தது. தவிரவும் யூகோஸ்லாவியா அத்தனை ஒன்றும் பலம் பொருந்திய தேசமல்ல.

ஏப்ரல் 6-ம் தேதி தொடங்கிய படையெடுப்பு 17-ம் தேதிக்குள் ஒரு முடிவுக்கு வந்துவிட்டது. யூகோஸ்லாவியா சரணடைந்துவிட்டது. உடனடியாக ஹிட்லர் அங்கே ஒரு பொம்மையைப் பிடித்து ஆட்சியில் உட்காரவைத்துவிட்டு, கிரீஸை நோக்கிப் போகத் தொடங்கிவிட்டார். ஏப்ரல் 27-ம் தேதி அதுவும் வசமானது. பிரிட்டன் அனுப்பிய சுமார் ஐம்பதாயிரம் பேர் கொண்ட ஓர் உதவிப் படைக்குழுவினால் பெரிய அளவில் உதவ முடியவில்லை.

வெற்றிதான் என்றாலும் ஹிட்லருக்கு இந்தச் சில்லறை வெற்றிகள் போரடிக்கத் தொடங்கிவிட்டது.

அவருடைய லட்சியம் என்ன? சோவியத் யூனியன். 'படையெடுக்க மாட்டேன்' என்று ஒப்பந்தம் செய்துகொண்ட தினமே, 'படையெடுத்தே தீருவது' என்று மனத்துக்குள் இன்னொரு ஒப்பந்தம் போட்டுக் கொண்டார் அவர். ஒரு நல்ல தருணத்துக்காகத்தான் காத்திருந்தார். இப்போது மிச்சம் மீதி ஏதுமில்லை. கிட்டத்தட்ட ஐரோப்பா முழுவதும் அவர் வசமாகியிருந்தது. அட, பிரான்ஸே விழுந்துவிட்டது. இனி என்ன?

'ஆரம்பித்துவிடலாம்' என்று ஹிட்லர் சொன்னார்.

'உலகின் மாபெரும் படையெடுப்பு' என்று இன்றுவரை வருணிக்கப்படும் அந்தப் பிரசித்தி பெற்ற ரஷ்யப் படையெடுப்பு ஜூன் 22, 1941 அன்று

தொடங்கியது. ஆப்பரேஷன் பார்பரோஸா *(Operation Barbarossa)* என்று அதற்குப் பெயரிடப்பட்டது.

நாற்பது லட்சம் வீரர்கள். ஜெர்மனியின் அனைத்துக் கூட்டணி தேசங்களில் இருந்தும் வந்து குவிந்திருந்தார்கள். நாலாயிரத்தி முன்னூறு பீரங்கிகள். சுமார் ஐயாயிரம் விமானங்கள். ஏராளமான ஆயுத வசதிகள். அனைத்தும் ஜெர்மனியின் கிழக்கு எல்லையில் முதலில் குவிக்கப்பட்டன. போர்த் திட்டத்தை ஹிட்லரும் முசோலினியும் இணைந்து வரைந்தார்கள்.

முதலில் பால்டிக் குடியரசுகள். தொடர்ந்து உக்ரைன். அப்படியே முன்னேறிப் போய்க்கொண்டே இருக்கவேண்டியது. மாஸ்கோவை அடையும்வரை பயணம் நிற்காது.

மறுபுறம் சோவியத் யூனியனும் இந்தத் தாக்குதலை எதிர்கொள்ளத் தயாராகிக்கொண்டிருந்தது. உடனடியாக ராணுவ பட்ஜெட் உயர்த்தப்பட்டது. தேசமெங்கும் ராணுவ சேவைக்குத் தீவிரமாக ஆள் திரட்டப்பட்டது. அத்தனை தொழிற்சாலைகளும் ஆயுதங்கள் செய்ய ஆரம்பித்தன. உயர் ரக பீரங்கிகள், போர் விமானங்கள், துப்பாக்கிகள் தயாரிப்பு முடுக்கிவிடப்பட்டது. எத்தனை காலம் நீடிக்கப்போகிற யுத்தம் என்று தெரியாது. எல்லாவற்றுக்கும் ஆயத்தமாக இருக்கவேண்டும் என்று சோவியத் அரசின் செய்தித் தொடர்பாளர்கள் தொடர்ந்து நாட்டு மக்களுக்குச் சொல்லிக்கொண்டிருந்தார்கள்.

ராணுவத்தின் பெரும்பகுதி எல்லைப்புறங்களுக்கு அனுப்பப்பட்ட வேளையில் ஹிட்லர் யுத்தத்தைத் தொடங்க உத்தரவளித்தார்.

7. சாதகமான குளிர்

1941 ஜூன் 22-ம் தேதி அதிகாலை நான்கு மணிக்கு யுத்தம் ஆரம்பமானது. சோவியத் யூனியனின் பரந்த மேற்கு எல்லை முழுவதிலும் இருந்து ஹிட்லரின் கூட்டணிப் படைகள் ஊடுருவத் தொடங்கின. ஒலிக்கத் தொடங்கிய குண்டுச் சத்தம் ஓய மறுத்தது. கண்ணில்பட்ட அத்தனை தொழிற்சாலைகள், கிடங்குகள் தாக்கப்பட்டன. இருப்புப்பாதை வழிகளிலும் ஜெர்மனிப் படைகள் தொடர்தாக்குதல் நடத்தின.

பதிலுக்கு சோவியத் வீரர்கள் நிகழ்த்திய தற்காப்புத் தாக்குதலும் உக்கிரமாகவே இருந்தது. அவர்களுடைய தரைப்படை பலம் பொருந்தியது. போர்த்தந்திரங்களில் கைதேர்ந்த சில ஆயிரம் பேர்களைத்தான் அவர்கள் எல்லையில் நிறுத்தியிருந்தார்கள். பீரங்கிகளை வீழ்த்தும் கலையில் அவர்கள் விற்பன்னர்களாக இருந்தார்கள்.

ஆனாலும் ஹிட்லர் திடீரென்று தம் படையினருக்கு ஓர் உத்தரவை அனுப்பினார். யுத்தம் தொடங்கிய

முதல் நாளே அது, ஜெர்மானியத் துருப்புகளுக்கு மிகப்பெரிய சாதகமாக அமைந்துவிட்டது.

'திட்டமிட்டபடி தரைப்படை முன்னேறட்டும். ஆனால் நமது விமானப்படையினரை, சோவியத் விமானத் தளங்களைக் குறிவைத்து முதலில் அனுப்புங்கள். அவர்கள் முதல் நாளே அதை எதிர்பார்க்க மாட்டார்கள்.'

ஹிட்லர் நினைத்தது சரி. சோவியத் அதை எதிர்பார்க்க வில்லை. முன்னேறி வரும் தரைப்படைக்கு உதவியாகத்தான் ஜெர்மனின் விமானப்படைப்பிரிவு பணியாற்றுவது வழக்கம். சட்டென்று அம்முறை ஹிட்லர் தம் திட்டத்தை மாற்றினார்.

விளைவு, ஒரே நாளில் சோவியத் விமானப்படையின் 1200 போர் விமானங்கள் தாக்குதலுக்கு உள்ளாகி, நாசமடைந்துவிட்டன.

ஜெர்மனி துள்ளிக்குதித்தது. தாக்குதல் இன்னும் உக்கிரமானது. தாக்கிக்கொண்டே அவர்கள் முன்னேறத் தொடங்கினார்கள். ஆனால் சோவியத் ரஷ்யாவின் எல்லைப்புற நிலப்பரப்பு அத்தனை சாதகமாக இல்லை. விமானங்கள் பறக்கக் கால நிலையும் சாதகமாக இல்லை. எப்போதும் குளிர். சதுப்பு நிலங்கள் மிகுந்த பகுதிகள். அடர்ந்த கானகங்கள். திடீர்திடீரென்று எதிர்ப்படும் நீர்ப்பரப்பு. மீறி முன்னேற முடியாதபடி எதிர்த்தாக்குதல் தொடுக்கும் சோவியத் படைகளுக்கு அந்த நில அமைப்பெல்லாம் அத்துப்படி.

ஜெர்மன் துருப்புகளுக்கு ஒரே இலக்குதான். ரஷ்யாவின் கடும் பனிக்காலத்துக்கு முன்னதாக இந்தத் தாக்குதலை வெற்றிகரமாக முடித்துவிட

வேண்டும். பனி மிகுந்துவரத் தொடங்கிவிட்டால் முன்னேற முடியாது. இருக்கவும் முடியாது.

திட்டமிட்டுத்தான் அவர்கள் புறப்பட்டிருந்தார்கள். ஆனால் எதிர்பார்த்த வேகத்தில் முன்னேற முடியவில்லை அவர்களால்.

யுத்தத்தின் தொடக்கத்தில் ஏற்பட்ட சிறு தோல்விகளி லிருந்து சோவியத் விரைவில் மீண்டுவிட்டது. அலையலையாகஅவர்கள்வீரர்களைக்கொண்டுவந்து குவிக்கத் தொடங்கினார்கள். அதிநவீன ராணுவத் தளவாடங்கள் பளபளத்தன.

ஒன்று சொல்லவேண்டும். இரும்புக் கோட்டையாக, உள்ளே நடப்பது என்னவென்றே தெரியாதிருந்த சோவியத் யூனியனின் நிஜமான பலம் முதல் முறையாக வெளி உலகுக்குத் தெரியவந்த தருணம் அதுதான். அப்பா! எத்தனை ஆயுதங்கள்! எவ்வளவு பீரங்கிகள், விமானங்கள், வீரர்கள்! தங்களுக்கெனப் பிரத்தியேகமாக அவர்கள் வடிவமைத்து வைத்திருந்த வியூக யுத்திகளும் தாக்குதல் ஃபார்முலாக்களும் ஜெர்மானிய வீரர்களுக்கு மிகுந்த வியப்பை உண்டாக்கின. பேய்த்தனமாக அல்லவா வந்து மோதுகிறார்கள்!

ஆனாலும் சலிக்காமல் முன்னேறிக்கொண்டிருந்தது ஹிட்லரின் படை. ஒவ்வொரு நாளும் ஹிட்லர் யுத்த நிலவரம் கேட்பார். ஆலோசனைகள் தருவார். எல்லைப்பகுதியில் வந்து உட்கார்ந்துகொண்டு, தளபதிகளுடன் ஆலோசனை நடத்துவார். 'ஒரு அவசரமென்றால் தயங்காமல் கூப்பிடுங்கள், நானே ஓடி வருகிறேன்' என்று எப்போதும் சொல்வார். வாய் வார்த்தையாக அல்ல. உண்மையிலேயே

அவர் தயாராக இருந்தார். ஒரு முழு ராணுவத்தின் உற்சாகத்தையும் வெறியையும் தனி மனிதராக அவர் பெற்றிருந்தார் என்பதை மறுக்க முடியாது.

ஜூன் மாதம் ஆரம்பித்த யுத்தம், எதிர்பார்த்ததைவிடத் தாமதமாக நவம்பர் இறுதியில் ஒரு முக்கியமான கட்டத்தில் வந்து நின்றது.

ஜெர்மானியப் படைகள் லெனின் கிராட், மாஸ்கோ, ரோஸ்டாவ் போன்ற முக்கிய இலக்குகளின் எல்லைகளுக்கு வந்து சேர்ந்திருந்தன. பல்லாயிரக்கணக்கான வீரர்கள் அதற்குள் இறந்து போயிருந்தார்கள். நிறைய சேதம். ஆயுதங்களும் பீரங்கிகளும் கூட. மொத்தப் படையில் சுமார் இருபத்தைந்து சதவீதம் பேரை ஜெர்மனி இழந்திருந்தது.

ஆனாலும் அவர்கள் நம்பிக்கை இழக்காமல் இருந்தார்கள். இத்தனை தூரம் முன்னேறி வந்துவிட்டோம். இனி என்ன? வெற்றி என்கிற ஒற்றைச் சொல்லுக்காக இன்னும் கொஞ்சகாலம் போரிட்டுவிட்டு வீட்டுக்குப் போக வேண்டியதுதான்.

○

ஆனால் அங்கேதான் விதி குறுக்கிட்டது. ரஷ்யாவின் குளிர்காலம். ஆம். இந்தியாவின் தாஜ் மஹால் மாதிரி, பிரான்ஸின் சாய்ந்த கோபுரம் மாதிரி, சீனாவின் பெருஞ்சுவர் மாதிரி அது ரஷ்யாவின் மிக முக்கியமான அடையாளம். நவம்பரில் தொடங்கி, மார்ச் வரை நீள்கிற ஐந்து மாதக் குளிர்.

ரஷ்யாவிலேயே அது பிராந்தியத்துக்குப் பிராந்தியம் மாறுபடும் என்றாலும் மைனஸ் ஐம்பது டிகிரிக்குக்

குறைந்து எங்கும் இருக்காது. அதிகபட்ச வெப்ப நிலையாக அப்போது பதிவாகக் கூடியது மைனஸ் பதினைந்து டிகிரி. மாஸ்கோ என்றால் மைனஸ் முப்பது.

உலகில் வேறு யாராலும் அந்தக் குளிரைச் சமாளிக்க முடியாது. ரஷ்யர்களுக்கு இயற்கை அந்த வரத்தை வழங்கியிருந்தது. குளிரைச் சமாளிப்பது. குளிரில் யுத்தம் செய்வது. குளிரைச் சாதகமாகப் பயன்படுத்திக்கொள்வது.

அந்தக் குளிர்காலத்தில் பகலுக்கும் இரவுக்கும் அங்கே மேலதிக வித்தியாசங்கள் இருக்காது. ஆளுயரத்துக்குச் சாலைகளில் பனி குவிந்து மூடியிருக்கும். எதிரே இருப்பது மரமா, கட்டடமா, பேருந்தா, பரம்பொருளா என்று தெரியாது.

முன்னதாகப் பல யுத்தங்களை ரஷ்யா அத்தகைய குளிர்காலங்களில்தான் வென்றிருக்கிறது. பீரங்கிகள், துப்பாக்கிகள், அணுகுண்டைக் காட்டிலும் அவர்கள்வசம் இருந்த வலுவான ஆயுதம் அது. குளிர்.

ஜெர்மானியப் படையினருக்கு இந்த விஷயம் தெரியும். எப்படியும் குளிருக்கு முன்னால் காரியம் முடிந்துவிடும் என்று போட்ட கணக்குதான் பிசகிவிட்டது. சோவியத்தின் ராணுவ பலம் குறித்து அவர்கள் குறைத்து மதிப்பிட்டுவிட்டார்கள். அதற்கான விலையைக் கொடுக்கவேண்டிய தருணமாக அது இருந்தது. பரிதாபம், அந்தக் குளிருக்கு வேண்டிய ஆடைகளைக்கூட அவர்கள் எடுத்து வந்திருக்கவில்லை. பனியில் விரைத்தே பலபேர் செத்து விழுந்துகொண்டிருந்தார்கள்.

அப்புறப்படுத்தக் கூட அவகாசம் அளிக்காத சோவியத் படைகள் இடைவிடாமல் பீரங்கித்

தாக்குதல் நடத்திக்கொண்டிருந்தன. தவிரவும் ஜெர்மானியப் படைவீரர்களை ஒரிடத்திலிருந்து இன்னொரு இடத்துக்கு நகர்த்த முடியாத சூழல் உண்டானது. இது அபாயகரமானது. எங்குமே வழி புரியவில்லை. வரைபடங்கள் கைவிட்டன. குளிர் அவற்றைச் சாப்பிட்டது. விற்பனர்கள் மலைத்துப் போனார்கள். பாதைகளை சோவியத் படையினர் மூடிவிட்டிருந்தார்கள். மூடிய பாதைகளில் தாக்குதல் மட்டும் தொடர்ந்துகொண்டிருந்தது. முன்னேற விடாத தாக்குதல். மூன்று புறங்களிலிருந்தும் தாக்குதல்.

சமாளித்துப் பார்த்தார்கள். முடியவில்லை. செத்துப் போனார்கள். மிச்சமிருந்தவர்களுக்கு பயம் வந்தது. டிசம்பர் 5-ம்தேதி சோவியத்தின் தாக்குதல் ஓர் உச்சத்தை எட்டியிருந்தது. அன்றைக்குக் குளிர் அவர்களுக்கு மிகவும் சாதகமாக மைனஸ் அறுபது டிகிரியையத் தொட்டிருந்தது.

ஜெர்மானியர்களால் ஒன்றும் செய்யமுடியவில்லை. ஏதாவது ஒரு கூடாரத்தைப் பற்றவைத்துவிட்டு உள்ளே போய் உட்காரலாம் போலிருந்தது. சோவியத் படைகள் விடவில்லை. அதி ஆக்ரோஷமாகத் தாக்கத் தொடங்கினார்கள். பின்வாங்குவதைத் தவிர வேறு வழியில்லை.

யுத்தம் தொடங்கிய நாள் முதல் அதுதான் ஜெர்மனிக்கு ஏற்பட்ட முதல் சரிவு. சுமார் இருநூறு கிலோ மீட்டர் தூரம் வரை சோவியத் படைகள் அவர்களை விரட்டிக்கொண்டு போய்ப் பின்னால் தள்ளின.

ஹிட்லர் அதிர்ந்தார். அவர் அதிர்ச்சியடைய இன்னொரு சம்பவமும் அதே காலக்கட்டத்தில் நடந்தது.

ஜப்பானின் அமெரிக்கத் தாக்குதல். ஜப்பான் அமெரிக்காவின் பர்ல் துறைமுகத்தைத் தாக்கியது. அது நாள்வரை உலகப் போரில் கலந்துகொள்ளாமல் இருந்த அமெரிக்கா, யுத்தத்தில் குதிப்பதாக அறிவித்தது. வின்ஸன்ட் சர்ச்சிலும் அமெரிக்க அதிபர் ரூஸ்வெல்ட்டும் சோவியத் சுப்ரீம் ஸ்டாலினைச் சந்தித்தார்கள். ஜப்பானை ஒழிப்பது முக்கியம்தான். ஆனால் ஜெர்மனியை அடக்குவது அதைவிட முக்கியம். விளையாடியது போதும். ஹிட்லருக்கு ஒரு முடிவு கட்டியாக வேண்டும்.

யார் எதிர்பார்த்திருப்பார்கள்? அமெரிக்காவும் பிரிட்டனும் சோவியத் யூனியனும் ஓரணியில் வந்து நிற்கும் என்று?

8. நெருக்கடியில் ஜெர்மனி

அன்றைய தேதியில் ஜெர்மன் போரில் அடைந்துவந்த வெற்றிகளுக்கு நிகராக என்று சொல்லமுடியாவிட்டாலும் - ஓரளவு நெருக்கமாக, நிறையவே வெற்றி கண்டு வந்தது ஜப்பான். 1942 வருஷம், பிப்ரவரியில் (பர்ல் ஹார்பர் தாக்குதல் வெற்றிக்குச்சரியாக அறுபது நாள்கழித்து.) ஜப்பானிய ராணுவம் சிங்கப்பூரைத் தாக்கி, வீழ்த்தி, தெற்காசியா முழுவதையுமே கேள்விக்குறியுடன் தன்பக்கம் திரும்பிப்பார்க்கச் செய்திருந்தது. ஜப்பானின் அடுத்த இலக்கு எது என்பதே அந்தக் கேள்விக்குறிக்கு அர்த்தம்.

ஜப்பானின் இந்த எழுச்சி வேறு சில நாடுகளில் சாதகமாகவும் பாதகமாகவும் மிக விரிவாக அலசி ஆராயப்பட்டுக்கொண்டிருந்தது. ஒருவேளை நேச நாடுகளின் கூட்டணிப்படையை ஜப்பான் -ஜெர்மனி கூட்டு தோற்கடித்துவிட்டால் உலகமே அந்த இரு தேசங்களின் காலடியில் தானே? ஆகவே, இப்போதே ஜப்பானுடன்நட்புபூண்டுவிடலாமாஎன்றுபலஆசிய

நாடுகள் யோசித்துவந்தன. முக்கியமாக இந்தியாவில் இந்தப் பேச்சு அப்போது மிக அதிகமாக இருந்தது. பிரிட்டிஷ் ஆட்சியில் இருந்த இந்தியா இயல்பாகவே நேச நாடுகளின் அணியுடன் தான் இருந்தாகவேண்டிய கட்டாயம். ஆனால் சுபாஷ் சந்திரபோஸ் போன்ற சில தீவிரவாத சுதந்தரப் போராளிகள் ஜப்பானை ஆதரித்துக்கொண்டிருந்தார்கள். ஜப்பானின் சிங்கப்பூர் மீதான வெற்றிக்குப் பிறகு ஐ.என்.ஏவின் பல தலைவர்கள் முடிவே செய்துவிட்டார்கள். ஜப்பான் ஒத்துழைப்புடன் இந்தியாவுக்குள் இந்தியதேசிய ராணுவத்தை வழிநடத்திவந்து பிரிட்டிஷ் படைகளை வெல்லும் கனவை மிக வேகமாக வளர்க்கத் தொடங்கிவிட்டார்கள்.

ஆனால் அமெரிக்கா யுத்தத்தில் குதித்தபிறகு காட்சிகள் அதே வேகத்தில் மாறத்தொடங்கிவிட்டன.

ஜப்பானிய ராணுவம் எங்கெல்லாம் முகாமிட்டிருந்ததோ அங்கெல்லாம் குறிவைத்து அடிக்கத்தொடங்கிய அமெரிக்கப்படை, அடுத்தடுத்து நிறைய வெற்றிகளை மிகச் சுலபமாகப் பார்க்கத் தொடங்கியது.

○

அதே டிசம்பர். அதே 1941. அங்கே சோவியத் யூனியனில் ஜெர்மானியர்கள் தடுமாறத் தொடங்கிய சமயத்திலேயே ஹிட்லர் அமெரிக்காவுடனான யுத்தத்தை அறிவித்தார். முன்னதாக பர்ல் துறைமுகத் தாக்குதலில் ஜப்பான் பெற்றிருந்த எதிர்பாரா வெற்றி கொடுத்த துணிச்சல். 'கூட்டணிப் பொடியன் கிடைத்த சந்தில் கோலி விளையாடிக்கொண்டிருக்கிறான். நமக்கென்ன குறைச்சல்? படையா இல்லை? பலமா இல்லை?'

ஹிட்லர் அதைத் தவிர்த்திருக்க வேண்டும். பிரிட்டன் கூட்டணி தேசங்களில் அமெரிக்காவுடன் மட்டும்தான் அவர் அதுவரை மோதலைத் தொடங்காமல் இருந்தார். பிரிட்டனைத் தாக்கியாகிவிட்டது, சோவியத்தைத் தாக்கியாகிவிட்டது. பிரான்ஸைத் தாக்கியாகிவிட்டது. ஒரு நெருக்கடி என்று வருமானால் அமெரிக்காவும் ஜெர்மனியை எல்லை தாண்டி வந்து தாக்குவதற்கான தார்மீக நியாயத்தை அளிக்காமல் இருந்திருக்கலாம். ஆனால் அவர் ஹிட்லர் அல்லவா? வேறென்ன செய்வார்?

ஹிட்லர் அம்மாதிரி ஒரே சமயத்தில் ஒன்றுக்கு மேற்பட்ட யுத்தங்களை நிர்வகித்துப் பழகியவர் அல்லர். ஒரு குறி. ஓர் அடி. அதுதான் அவரது ஸ்டைல். ஆனாலும் சோவியத் யூனியனின் குளிரிடம் தன்னுடைய வீரர்கள் தோற்றுப் பின்வாங்குவதைக் கேள்விப்பட்டபோது அவருக்குப் பதற்றம் ஏற்பட்டது.

குளிர் குறைந்தால் ஒழிய ரஷ்யாவில் வெற்றியை நோக்கி முன்னேறுவது கஷ்டம். ஐந்து மாதங்கள் என்கிறார்கள். அதுவரை அடித்தால் வாங்கிக்கொண்டு சமாளிக்க வேண்டியதுதான். ஆனால் அதுவரை வேறு செயலற்று இருக்க முடியாது. உயிர்வாழ வெற்றி அவசியம்.

முதல் முறையாக அப்போதுதான் ஒன்றுக்கு மேற்பட்ட இடங்களில் ஹிட்லர் தாக்குதல்களை உத்தேசித்தார். இங்கே ரஷ்யா. அங்கே அமெரிக்கா. கீழே எகிப்து. எப்படியாவது சூயஸ் கால்வாயைக் கைப்பற்றுவது என்று அவர் ஒரு திட்டம் வைத்திருந்தார். மத்திய தரைக்கடலையும் செங்கடலையும் இணைக்கிற கால்வாய். எகிப்தின் உயிர்நாடியாக விளங்குகிற

நீர்ப்பாதை. மேற்கு தேசங்களையும் கிழக்கு தேசங்களையும் தூரத்தில் குறைக்கிற கப்பல் பாதை. அது சாத்தியமாகிவிடுகிற பட்சத்தில் வர்த்தகம் சூடு பிடிக்கும். வாழ்க்கைத்தரமே மாறிப்போகும்.

பிரிட்டன், பிரான்ஸ் உள்பட எல்லா தேசங்களுக்குமே இருந்த கனவுதான். ஹிட்லரும் அந்தக் கனவைக் கண்டார். இர்வின் ரொமேல் (Erwin Rommel) என்னும் மிக முக்கியத் தளபதி ஒருவர் தலைமையில் ஒரு படையை அவர் எகிப்துக்கு அனுப்பியிருந்தார். ஹிட்லரின் நம்பிக்கைக்கு உரிய மிகச் சிலரில் ஒருவர் அவர். மிகப் பெரிய திறமைசாலி என்று உள்ளூரில் பெயரெடுத்திருந்தவர். ராணுவதந்திரி.

ஆனாலும் என்ன? பிரிட்டன் படைகளிடம் படுதோல்வி கண்டது ஜெர்மானியப்படை. ஹிட்லர் எதிர்பாராத தோல்வி அது. படையில் உயிர் தப்பிப் பிழைத்தவர்கள் மிகச் சொற்பம் என்று மத்தியக் கிழக்கிலிருந்து தகவல் வந்தது. அதிர்ந்துவிட்டார் ஹிட்லர். முன்னதாக அவருடைய நாஜிப்படையின் முக்கியத் தளபதிகளுள் ஒருவரான ரெய்ன்ஹார்ட் ஹைட்ரிச் (Reinhard Heydrich) என்பவரை பிரிட்டனிடம் பயிற்சி பெற்ற செக்கஸ்லாவாக்கியா புரட்சியாளர்கள் சிலர் படுகொலை செய்திருந்ததும், அங்கே ரஷ்யாவில் ஸ்டாலின்கிராடு நகரைக் கைப்பற்றுவதற்காக நடைபெற்ற யுத்தத்தில் ஜெர்மானியப்படை முழுவதுமாக அழிக்கப்பட்டிருந்ததும் அவரை நிலைகுலையச் செய்திருந்தது.

பெரும்பாலான அப்போதைய அவரது உத்தரவுகள் பதற்றத்தில் வெளியானவை. பலனும் மேலும் பதற்றம் கொள்ளும் விதங்களிலேயே வந்தது.

○

1942-ம் வருஷம் ஜூன் மாதம் அது. ஜப்பானின் தோல்விக்காண்டத்தின் மிக முக்கியமான அத்தியாயம் அன்று அமெரிக்கக் கடற்படையால் மிட்வே என்னும் இடத்தில் எழுதப்பட்டது. ஜப்பானின் கடற்படைத் தலைவர் அட்மிரல் இஸோரோகூ யாமமோட்டோ அதற்குமுன் அப்படியொரு மாபெரும் தோல்வியைப் பார்த்ததில்லை. சர்வநாசம் என்கிற சொல்லுக்குச் சரியான உதாரணம் அந்தத் தோல்வி. ஜப்பானின் வலுவான கடற்பிரிவு அந்த யுத்தத்தில் அமெரிக்கக் கடற்படையால் சின்னாபின்னப்படுத்தப்பட்டது. ஜப்பானின் நான்கு விமானம் தாங்கிக்கப்பல்கள், ஒரு போர்க்கப்பல் தவிர முன்னூறுக்கும் மேற்பட்ட விமானங்களையும் அமெரிக்கக் கடற்படை அழித்துக் கபளீகரம் பண்ணிவிட்டது.

இந்தத் தோல்வி மக்களுக்குத் தெரிந்தால் எங்கே சோர்வடைந்துவிடுவார்களோ என்று ஜப்பானிய ராணுவம் மிக சாமர்த்தியமாக ராணுவத் தணிக்கை முறையில் இதை மறைத்துவிட்டது. ஆனால் எதை எத்தனை நாளுக்கு மறைத்துவைக்கமுடியும்?

1943ம் வருட ஆரம்பத்தில் ஜப்பானின் நாலு திசைகளின் எல்லையிலும் அமெரிக்கப்படை மிக வலுவாகக் காலூன்றி நின்று குறிபார்த்துக்கொண்டிருந்தது. பிப்ரவரி தொடக்கத்தில் குவாடால்கனால் என்ற இடத்தில் நடந்த யுத்தத்தில் ஜப்பானிய ராணுவத்தின் கணிசமான வீரர்களை அமெரிக்க வீரர்கள் சுட்டு வீழ்த்திவிட்டார்கள். விஷயம் தெரிந்த ஜப்பானிய மக்கள் முதல்முறையாக மாபெரும் அதிர்ச்சிக்கு உள்ளானார்கள். முந்தைய தோல்விகள் எதுவும் அவர்களுக்குச் செய்தியாகத் தரப்படாததால் இந்தத் தோல்வி அவர்களை மிகவும் பாதித்தது. தொடர்ந்து அதே ஆண்டு ஏப்ரல் 14ம் தேதி நடந்த

சண்டையில் அட்மிரல் யாமமோட்டோ ஒரு அமெரிக்க விமானத்தால் சுடப்பட்டு இறந்த செய்தி வந்ததும் ஒட்டுமொத்த தேசமும் கிலியின் உச்சிக்குச் சென்றுவிட்டது.

இந்த இடத்தில் தான் முதல்முதலாக எதிரியின் ரேடியோ அலைவரிசையை திசைதிருப்பி ஒட்டுக்கேட்கிற வழக்கத்தை அறிமுகப்படுத்தியது அமெரிக்கா. ஜப்பான் ராணுவத்தின் ஒவ்வொரு அசைவையும் கூடாரத்தில் உட்கார்ந்துகொண்டே தெரிந்துகொண்டு அதற்கேற்பத் தன் திட்டங்களை வகுத்து, வென்று காட்டியது அமெரிக்க ராணுவம்.

மறுபுறம் ஐரோப்பாக்கண்டத்துக்கே தண்ணி காட்டிக் கொண்டிருந்த ஜெர்மனியை ஸ்டாலின்கிராடில் நடந்த யுத்தத்தில் ஓட ஓட விரட்டி நேச நாட்டுப் படைகளுக்கு இன்ப அதிர்ச்சி அளித்தது ரஷ்யா. அங்கே ஆப்பிரிக்காவிலும் நிலைமை சாதகமாகி இத்தாலியைத் தோற்கடித்தது அமெரிக்க ராணுவம்.

இப்படி அமெரிக்கா போரில் இறங்கியபிறகு ஹிட்லரின் கூட்டணிப்படை தொடர்ந்து தோல்வியைச் சந்திக்க வேண்டியதாகிவிட்டது.

ஜூன் 6, 1944 அன்று பிரிட்டன் கூட்டணி தேசங்கள் அனைத்தும் ஒன்று திரண்டு பிரான்ஸின் வடக்கு எல்லையில் அணிவகுத்தன. 'ஆப்பரேஷன் ஓவர்லார்ட்' (Operation Overlord) என்று பெயரிடப் பட்ட மிக உக்கிரமான தாக்குதலுக்கு அவர்கள் தயாரானார்கள். வெற்றி அல்லது விட்டு ஓடுதல். இடையில் வேறெந்த சிந்தனைக்கும் அனுமதி யில்லை. பேய் போல் தாக்கத் தொடங்கினார்கள். பிரிட்டன் மற்றும் அமெரிக்கப் படைகளின் ஆயுத

பலம் அப்போது நம்பமுடியாத அளவில் இருந்தது. ஒரு ஜெர்மானிய வீரருக்கு நான்கு எதிர் வீரர்கள் என்கிற கணக்கில் ஆள்களைக் கொண்டுவந்து குவித்திருந்தார்கள்.

மூச்சுவிட அவகாசமில்லாமல் நிகழ்த்தப்பட்ட தாக்குதலில் ஜெர்மன் படை முற்றிலுமாகக் குலைந்துபோய் பின்வாங்கியது. ஸ்டாலின்கிராட் தோல்வியையைக் காட்டிலும் மிகப்பெரிய தோல்வி அது என்று ஹிட்லர் நினைத்தார்.

சந்தர்ப்பத்தை விட்டுவிடாமல் அப்படியே ஹிட்லரைக் கொன்றுவிட்டுத்தான் திரும்பவேண்டும் என்று முடிவு செய்த பிரிட்டிஷ் படைகள், ராஸ்டன்பர்க்கில் இருந்த ஜெர்மனியின் ராணுவத் தலைமையகத்துக்கு ஜூலை 20-ம் தேதி ரகசியமாக குண்டு வைத்தார்கள். ஹிட்லர் அப்போது அங்கேதான் இருந்தார். இரவு பகலாக. உணவு, உறக்கமில்லாமல்.

ஜெர்மானிய ராணுவத்தில் இருந்த ஹிட்லர் அதிருப்தியாளர்களையே கருவியாகக் கொண்டு, ஒரு ராணுவப் புரட்சிக்கும் ஆட்சி மாற்றத்துக்கும் வழி செய்வதாகச் சொல்லி இந்தக் காரியத்துக்கு வித்திட்டது பிரிட்டன்.

மயிரிழையில் ஹிட்லர் தப்பினார் என்றுதான் சொல்லவேண்டும். அவருடைய மன உறுதியை முற்றிலுமாகக் குலைத்துப் போட்ட சம்பவம் அது. விசாரணையில் அந்த முறை மட்டுமல்லாமல், அவர் ஆட்சிக்கு வந்த காலம் தொடங்கியே பல சமயங்களில் ராணுவப் புரட்சிகளுக்கு திட்டம் திட்டப்பட்டிருந்ததையும் பல அதிகாரிகள் முதல் கடைநிலை வீரர்கள் வரை அதற்கு உடந்தையாக

இருந்ததையும் கண்டுபிடித்தார்கள். வியாதிகளில் மிகக் கொடுமையான சந்தேக வியாதி ஹிட்லரைப் பற்றிக்கொண்டது. எதிலும் சந்தேகம். எல்லார் மீதும் சந்தேகம். ஒரு தீவிரத்துடன் சதியாளர்களை தண்டிக்கும் விதத்தில் அவர் இட்ட உத்தரவுக்கு சம்பந்தம் உள்ளவர்களும் இல்லாதவர்களுமாகச் சேர்த்து 4,900 பேர் பலியாகிப் போனார்கள்.

ஜெர்மனியில் புரட்சிப்படையாக மலரக்கூடும் என்று கருதப்பட்ட (அதாவது ஹிட்லரால்) அத்தனை சிறு இயக்கங்களையும் சமூக நல அமைப்புகளையும் கூட நிர்மூலம் செய்தார்கள்.

ஒரு மாறுதலை உத்தேசித்து அவர் தனது தளபதிகளிடம் அப்போது பொறுப்புகளை விட்டிருந்தார். 'முடிவெடுங்கள். வேண்டியது வெற்றி மட்டும். என்ன வேண்டுமானாலும் செய்துகொள்ளலாம். எப்படி வேண்டுமானாலும் தாக்குதல்களை வடிவமைக்கலாம்.'

முடிவெடுக்கத் தெரிந்த அனுபவஸ்தர்கள்தாம் என்றாலும் அதுநாள்வரை ஹிட்லரின் உத்தரவுகளுக்குக் கட்டுப்பட்டு மட்டுமே பழகியவர்கள் அவர்கள். திறமையில் சற்றே துருப்பிடித்திருந்தது. தவிரவும் அச்சம். தொடர்ந்து நாலாபுறங்களில் இருந்தும் வந்துகொண்டிருந்த தோல்விச் செய்திகள் கொடுத்த அச்சம். வெற்றியைப் போல தோல்வியும் சகஜமானதுதான் என்பதில் அவர்களுக்குச் சந்தேகம் இருக்கவில்லை.

காட்டிக்கொள்ளாமல் களத்துக்கு விரைந்தார்கள்.

9. இறுதித் தாக்குதல்

ஜெர்மனியின் நிலைமை எதிர்பார்த்தது போலவே பாதகமாகத்தான் இருந்தது. ரஷ்யாவில் ஜெர்மானியப் படைகள் தங்கள் இறுதி அடியை வாங்கிக்கொள்ள ஆரம்பித்திருந்தார்கள். புற்றீசல் போல் கிளம்பிக்கொண்டிருந்த சோவியத் ராணுவம், ஜெர்மானியர்களை அடித்துத் துவைத்துக் காயப்போட்டிருந்தது. கணிசமான உயிர்ச்சேதம்.

பெர்லினில் இருந்து ஓர் உத்தரவு வராதா என்று மட்டும்தான் அவர்கள் எதிர்பார்த்துக்கொண்டிரு ந்தார்கள். வெற்றி பெறும் வேட்கையெல்லாம் தணிந்துவிட்டிருந்தது. உயிர் மீண்டால் போதும். ஊருக்குப் போனால் போதும்.

ஆனால் அப்படிப்பட்ட உத்தரவு ஏதும் வரவில்லை. பின்வாங்கச் சொல்லி உத்தரவிடக்கூடியவர் அல்ல ஹிட்லர். இறுதிவரை போராட்டம். உயிர் போகும் வினாடி வரை உழைப்பு. அதுதான். அது ஒன்றுதான் அவரது விருப்பமும் விழைவுமாக இருந்தது.

அதற்காகத்தான் அவர்கள் மூச்சைப் பிடித்துக்கொண்டு யுத்தம் செய்துகொண்டிருந்தார்கள். ஆனாலும் முடியவில்லை. மாபெரும் படைக் கடலாக சோவியத்துக்குள் நுழைந்த ஜெர்மன் கூட்டணி ராணுவம் ஒரு கசங்கிய போர்வை அளவில் சுருங்கி, தன் கடைசி உயிரை விடுவதற்குள் உயிர் பிழைத்தால் போதும் என்று திரும்பி ஓடிவந்துகொண்டிருந்தது.

அது 1944-ம் வருடத்தின் டிசம்பர் மாதம். மீண்டும் குளிர். மீண்டும் தோல்விகள். ஒவ்வொரு குளிர் காலத்திலும் புத்துணர்ச்சி அடைந்துவிடும் சோவியத் படைகளை அவர்களுக்குப் புரியவேயில்லை. பனியைச் சாப்பிட்டு, பனியை சுவாசித்து, பனியில் குளித்து, பனியில் பணி புரியும் வினோத ஜென்மங்கள்.

ஜெர்மானிய வீரர்கள் கிடைத்ததை வாரிச் சுருட்டிக்கொண்டு ஜெர்மனியின் எல்லைகளை நோக்கி ஓடத் தொடங்கினார்கள்.

உலகம் பார்த்தது. ஓ, ஜெர்மானியர்கள் பின்வாங்குகிறார்களா? நல்லது. நாம் என்ன செய்யலாம்? அமெரிக்காவும் பிரிட்டனும் அமர்ந்து யோசித்தன. இறுதித் தாக்குதலுக்கு ஆயத்தங்கள் அவசியம். இதற்குமேல் ஒன்றுமில்லை. கணிசமான அளவில் அப்போது ஜெர்மனியின் ராணுவ பலமும் குறைக்கப்பட்டுவிட்டிருந்தது. போரின் தொடக்கத்தில் இருந்த மாதிரி வற்றாத ஆயுதக் கிடங்குகள் அப்போது இல்லை. மிகவும் வற்றியிருந்தன. போதிய வீரர்கள் இல்லை. பெருமளவில் இறந்திருந்தார்கள். புதிய வீரர்களைச் சேர்ப்பதும் கஷ்டமாக இருந்தது.

ஹிட்லர் படையில் நாஜிகளும் அவர்களுடைய ஜெர்மானியர்களும் மட்டுமேதான் இருந்தார்கள். ஆனாலும் ராணுவத்துக்கு ஆள் பலம் சேர மறுத்தது.

உண்மையில், அப்போதே யுத்தம் முடிந்துவிட்ட மாதிரிதான். ஆனால் ஹிட்லர் அப்படியொரு சிந்தனைக்கே இடம் கூடாது என்று சொல்லிவிட்டார். பிரிட்டன் கூட்டணிப் படையுடன் நல்லவிதத்தில் ஏதேனும் ஒப்பந்தம் செய்துகொள்ள இயலுமானால் மிகப்பெரிய இழப்புகளில் இருந்து தப்பிக்கலாம் என்று அவருடைய தளபதிகளில் சிலர்நினைத்தார்கள்.

ஹிட்லர் சம்மதிக்கவில்லை. தோற்றுக்கொண்டிருக்கி றோம் என்று நினைப்பதையே அவர் தவிர்க்க விரும்பினார். இறுதிவரை ஆடிப்பார்த்துவிடுவது என்கிற முடிவில் இருந்தார்.

ஜெர்மனியை ஒழித்துக்கட்டவேண்டும் என்பதில் மற்ற எல்லா நாடுகளைக்காட்டிலும் சோவியத் யூனியனுக்கு அன்று கொஞ்சம் கூடுதல் நியாயங்கள் இருந்தன. காரணம், இரண்டாம் உலக யுத்தத்தின் தோற்றுவாயான போலந்தின் மீதான ஜெர்மனியின் ஆக்கிரமிப்பு தொடங்கி - மாஸ்கோ வரை ஜெர்மானியப் படைகள் புகுந்து நிகழ்த்திய அட்டகாசங்கள் கொஞ்ச நஞ்சமில்லை. நேரடியாக சோவியத் யூனியனுக்கும் சோவியத் யூனியனுடன் நட்புபூண்ட பல தேசங்களுக்கும் வேட்டுவைக்கும் விதமாகத்தான் ஹிட்லர் யுத்தத்தையே ஆரம்பித்தார். ஆகவே மற்ற நேசநாட்டுப் படைகள் பெர்லினை நெருங்குமுன் தான் நெருங்கிவிடவேண்டும் என்று திட்டமிட்டுப் புறப்பட்டிருந்தது ருஷ்யப்படை. அதே சமயம், தம் படைகளைத் துரிதப்படுத்தி மேற்கு மற்றும் வடக்கு எல்லைகளின் மூலமாக ஜெர்மனிக்குள் நுழைய அனுப்பிவைத்தன.

அங்கே ஹிட்லருக்கு நிலை கொள்ளவில்லை. தொடர்ந்து தோல்விகள். ஒத்தாசைக்கு வந்த

நண்பர்களும் ஓய்ந்து போயிருக்கிறார்கள். இத்தாலி வீழ்ந்துவிட்டது. ஜப்பான் எந்த நிமிஷமும் காலி என்கிற அளவுக்கு அங்கே இழப்புகள் அதிகரித்துக்கொண்டே போகிறது. சொந்தப் படையாவது ஒழுங்காக இருக்கிறதா என்றால், எல்லாருமே களைப்படைந்திருக்கிறார்கள். போதாத குறைக்கு நடந்த சண்டைகளில் பல லட்சக்கணக்கில் ஆட்சேதம்.

அவருக்கு இருந்த ஒரே தைரியம், இன்னும் அப்படியே இருந்த ஆயுத பலம். (எடுத்துப் போரிட ஆள் தான் இல்லை!) 1945ம் வருஷம் ஜனவரி தொடங்கி மார்ச் முடிவதற்குள் ஜெர்மானியத் தொழில்துறை சளைக்காமல் சுமார் ஆயிரம் டாங்குகளையும் 2800 போர் விமானங்களையும் உற்பத்தி செய்து கொடுத்திருந்தது. குறைந்தபட்சம் எட்டுமில்லியன் பாவுஸ்ட் குண்டுகளும் நிறைய துப்பாக்கிகளும் இருக்கும் என்று ஹிட்லர் கணக்குப்போட்டார். வேண்டியது ஆட்கள் தான். என்ன பண்ணலாம்?

அப்போதுதான் ஹிட்லர் அந்த முடிவுக்கு வந்தார். நாட்டில் யார் யாரெல்லாம் 16 வயதைத் தாண்டியிருக்கிறார்களோ, அத்தனைபேரும் ராணுவத்தில் சேர்ந்தே ஆகவேண்டும் என்று ஒரு உத்தரவு பிறப்பித்தார். பல பையன்கள் கதறக்கதற ராணுவக் கூடாரங்களுக்கு அழைத்துப் போகப்பட்டனர். மறுபுறம் சோவியத் படை நெருங்கி வரும் திசையில் தற்காப்புப் படையாக அனுபவம் வாய்ந்த வீரர்களை மட்டும் திரட்டி நிறுத்தினார்.

மார்ச் 9ம் தேதி ஹிட்லர் ஒரு அறிவிப்பை வெளியிட்டார். "இந்தத் தேசத்தின் கடைசி மனிதனும் கடைசிக்குண்டும் மிச்சமிருக்கிறவரை

யுத்தம் தொடர்ந்தாகவேண்டும்" என்கிற அந்த வீரப்பேச்சு மிகச்சில ஜெர்மானிய இளைஞர்களை மட்டுமே தூண்டின. பெரும்பாலானோர் சோர்வு கொண்டவர்களாகத்தான் இருந்தார்கள்.

ருஷ்யப்படை ஜெர்மனியை நெருங்கி, நுழைந்து விட்டிருந்தது அப்போது. அறுபது கிலோமீட்டர்கள் தொலைவில் பெர்லின் என்கிற நிலைமை வந்ததும் ஹிட்லருக்கு இருந்த கடைசி நம்பிக்கையும் தகர்ந்துபோய், தாக்குதலை பேய்த்தனமாகத் துரிதப்படுத்தினார்.

ஏப்ரல் 16ம் தேதி அதிகாலை அஞ்சு மணிக்கு அந்த இறுதி யுத்தம் ஆரம்பமானது. பீரங்கித் தாக்குதல் ஒரு பக்கம். விமானத்தாக்குதல் ஒரு பக்கம். ஹிட்லர் நிறுத்தியிருந்த தற்காப்புப் படையைப் பிளந்துகொண்டு முன்னேறிவிட்டது ருஷ்யப்படை. எதிர்த்துவரும் படையை வென்றுகொண்டே முன்னேறுவது ஒருபுறமென்றால் ஜெர்மானிய நிலப்பகுதியில் கடக்கும் இடமெங்கும் ரவுண்டு கட்டி 'ருஷ்யாவின் பகுதியாக' ஆக்கிக்கொள்வது மறுபக்கம். ருஷ்யப்படை கிட்டத்தட்ட பெர்லினின் மையத்தை வந்தடைந்த அதே சமயம் வடக்குப்புறம் அமெரிக்க - பிரிட்டிஷ் படையும் கணிசமான அளவுக்கு முன்னேறி பெரும்பாலான ஜெர்மானிய நிலப்பகுதிகளை வசப்படுத்திக்கொண்டிருந்தது.

போரிடுவதற்கு வீரர்களே இல்லாத ஒரு சூழல் உண்டானதை ஹிட்லர் உணர்ந்தார். என்னதான் நெக்கியடித்து முயற்சி செய்தாலும் தனிமைப்படுத்தப்பட்ட நிலையில் மூன்று படைகளைச் சமாளிக்க முடியும் என்று அவருக்குத் தோன்றவில்லை. வேறு வழியே இல்லாத நிலையில்

ஏப்ரல் 30ம் தேதி தனது ரகசிய மறைவிடத்தில் தற்கொலை செய்துகொண்டார்.

ஹிட்லரின் மறைவுக்குப் பிறகும் பெர்லினில் போர் நடந்துகொண்டுதான் இருந்தது.

நடுவே இன்னொரு திரிசமன் வேலையும் அரங்கேறியது! மே மாதம் முதல் தேதி ஜெர்மானியத் தளபதி ஒருவர் போர் நிறுத்தம் செய்துகொள்ளலாமா என்று கேட்டு ரஷ்யப் படைத் தலைமைக்கு ஒரு கடிதம் கொண்டுவந்து கொடுத்தார்.

"போர் நிறுத்தமெல்லாம் வேணாம். நீ சரணடைகி றாயா? இல்லையா? அதைச் சொல் முதலில்" என்று கட் அண்ட் ரைட்டாகக் கேட்டுவிட்டது சோவியத் படை.

ஹிட்லர் இறந்தபிறகு, பிரதானத் தளபதிகளில் ஒருவரான கார்ல் டோனிட்ஸ் (Karl Donitz) என்பவர் ஜெர்மன் அரசின் தலைவரானார். ஆனால் அவரால் எதையும் செய்ய முடியவில்லை. படைகளுக்கிடையே ஒற்றுமை முழுமையாகக் குறைந்துபோயிருந்தது. ஜெர்மன் படைவீரர்கள் தளர்ந்துபோயிருந்தார்கள். 1945, மே 2-ம் தேதி, ஜெர்மன் படைகள், சோவியத் படைகளிடம் பெர்லின் நகரம் சரணடைவதாக அறிவித்தன. இத்தாலியில், ஜெர்மன் படைகள் அதே மே இரண்டாம் தேதி, தளபதி அலெக்ஸாண்டரின் தலைமையகத்தில் வைத்து சரணடைந்தன.

டென்மார்க்கிலும், நெதர்லாந்திலும் இருந்த ஜெர்மானியப்படைகள் மே 4-ம் தேதி சரணடைந்தன. இறுதியாக, பிரான்ஸில் இருக்கும் ரெய்ம்ஸ் (Rheims) என்ற இடத்தில் மே மாதம் 7-ம் தேதி, தலைமைத் தளபதி ஆல்·பிரட் ஜோட்ல் (Alfred Jodl) என்பவர

எந்த நிபந்தனையும் இல்லாமல் எல்லா ஜெர்மன் படைகளும் சரணடைவதாக அறிவித்தார்.

இரண்டாம் உலகப் போரில் வெற்றிபெற்ற தினமாக மேற்கத்திய நாடுகளின் கூட்டுப் படை மே 8-ம் தேதியைக் கொண்டாடி வருகிறது. அன்றைக்குத்தான் பெரிலினில், ஜெர்மனியின் கடைசிவீரர் சரண்டைந்ததாகக் கையெழுத்துப் போட்டிருந்தார். ஆனால், ரஷ்யா மே 9-ம் தேதியை வெற்றி தினமாகக் கொண்டாடிவருகிறது. நள்ளிரவில் ஒரு நிமிடம் முன்னே பின்னே மாறிப் போனதால் இந்த வித்தியாசம்.

———